AF883408

SÁCH NẤU ĂN CINCO DE MAYO TUYỆT VỜI

Từ Tacos tới Tres Leches , Khám phá bản chất thực sự của Cinco de Mayo với 100 công thức nấu ăn hấp dẫn

Giàu Hồng

MỤC LỤC

GIỚI THIỆU

Giới thiệu "Sách dạy nấu ăn Cinco de Mayo tối thượng", hộ chiếu của bạn đến với thế giới sôi động và hấp dẫn của lễ kỷ niệm Cinco de Mayo. Trong hành trình ẩm thực này, chúng tôi mời bạn khám phá bản chất thực sự của ngày lễ hội này với bộ sưu tập tuyển chọn gồm 100 công thức nấu ăn hấp dẫn trải dài từ tacos đến tres . đĩa và mọi thứ ở giữa. Cinco de Mayo không chỉ là một ngày tưởng niệm; đó là sự tôn vinh văn hóa, lịch sử Mexico và tất nhiên là ẩm thực tuyệt vời.

Trong các trang của cuốn sách nấu ăn này, bạn sẽ khám phá ra một kho tàng công thức nấu ăn thể hiện được tinh thần và hương vị của Cinco de Mayo. Từ các món ăn cổ điển như tacos, enchiladas và guacamole cho đến các món tráng miệng lễ hội như churros, flan, và tất nhiên là tres bánh leches , mỗi công thức đều được chế tác để gợi lên màu sắc rực rỡ và hương vị đậm đà của ẩm thực Mexico. Cho dù bạn đang tổ chức một bữa tiệc với bạn bè hay chỉ đơn giản là muốn thưởng thức một bữa ăn ngon cùng gia đình, những công thức nấu ăn này chắc chắn sẽ làm hài lòng vị giác của bạn và đưa bạn đến trung tâm Mexico. Điều làm nên sự khác biệt của "Sách dạy nấu ăn Ultimate Cinco de Mayo" là cam kết về tính xác thực và sự xuất sắc trong ẩm thực. Mỗi công thức đã được lựa chọn và thử nghiệm cẩn thận để đảm bảo rằng nó nắm bắt được bản chất thực sự của Cinco de Mayo, tôn vinh truyền thống ẩm thực phong phú của Mexico đồng thời mang đến phong cách hiện đại cho các đầu bếp gia đình ngày nay . Với những hướng dẫn dễ thực hiện, những mẹo hữu ích và hình ảnh tuyệt đẹp, cuốn sách nấu ăn này là hướng dẫn cần thiết để bạn tạo ra những bữa tiệc Cinco de Mayo khó quên.

Khi chúng ta cùng nhau bắt tay vào cuộc phiêu lưu ẩm thực này, tôi xin gửi lời cảm ơn nồng nhiệt nhất vì đã cùng tôi tôn vinh những hương vị sống động và di sản văn hóa phong phú của Cinco de Mayo. Cầu mong nhà bếp của bạn tràn ngập hương thơm của bánh taco nóng hổi, sốt salsa cay và các món tráng miệng hấp dẫn, và cầu mong mỗi miếng ăn sẽ đưa bạn đến gần hơn với tinh thần của ngày lễ vui vẻ này. Vì vậy, hãy lấy tạp dề, mài dao và sẵn sàng bắt đầu cuộc hành trình thơm ngon qua hương vị của Mexico. ¡Viva Cinco de Mayo!

BÁNH TACO

1.Tacos gà nấu chậm

THÀNH PHẦN:

- 2 pound ức gà hoặc đùi
- 8 miếng bánh ngô hữu cơ hoặc thông thường
- 1 cốc salsa hữu cơ hoặc tự làm
- ½ cốc nước
- 2 thìa cà phê thì là xay
- 2 thìa cà phê ớt bột
- 1 thìa cà phê bột tỏi
- 1 thìa cà phê rau mùi đất
- ¼ thìa cà phê ớt cayenne (thêm để có vị cay hơn)
- ½ muỗng cà phê muối biển
- ¼ thìa cà phê tiêu đen
- Lớp phủ bên trên: Rau tươi xắt nhỏ tùy chọn, ngò tươi, ô liu, bơ, salsa tươi, chanh, v.v.

HƯỚNG DẪN:

a) Cho miếng gà vào nồi nấu chậm cùng với nước, thìa là, bột ớt, bột tỏi, rau mùi xay, ớt cayenne, muối và tiêu. Trộn đều để phủ lên gà.

b) Nấu trong 4 đến 5 giờ ở nhiệt độ cao.

c) Lấy thịt gà ra và xé nhỏ. Quay trở lại nồi nấu chậm và nấu thêm 30 phút nữa.

d) Phục vụ gà trong gói bánh tortilla và thêm salsa và lớp phủ trên bề mặt mà bạn chọn.

2.Taco gà cam quýt và thảo mộc

THÀNH PHẦN:

BÁNH TACO

- 6 Đùi gà có da
- 3 Ức gà có da
- 2 quả chanh, vỏ và nước ép
- 2 quả chanh, vỏ và nước ép
- 1 chén hỗn hợp các loại thảo mộc tươi
- ¼ cốc Vermouth hoặc rượu trắng khô
- ¼ chén dầu ô liu
- 1 thìa cà phê thì là, nướng
- 1 muỗng cà phê rau mùi, nướng
- 1 thìa cà phê tỏi, băm nhỏ

Ý TƯỞNG TRANG TRÍ:

- Rau mùi Vôi nêm Củ cải diêm
- Rau diếp thái sợi (rau bina, rau bina, bơ hoặc bắp cải)
- Pico de Gallo
- Phô mai cắt nhỏ
- Kem chua
- Ớt cay ngâm

ĐỂ LẮP RÁP

- 12 bánh bột mì

HƯỚNG DẪN:

BÁNH TACO

a) Trộn tất cả nguyên liệu và để gà ướp trong ít nhất 4 giờ.
b) Nướng gà, mặt da úp xuống trên vỉ nướng trước.
c) Khi đủ nguội để xử lý chặt.

ĐỂ LẮP RÁP TACOS

a) Lấy hai chiếc bánh ngô và cho khoảng ¼ thịt gà vào mỗi chiếc và phủ lên trên với các đồ trang trí mong muốn.
b) Phục vụ salad đậu đen và cơm cùng với tacos.

3.Tacos khoai lang và cà rốt Tinga Tacos

THÀNH PHẦN:

- ¼ cốc nước
- 1 chén hành trắng thái lát mỏng
- 3 tép tỏi, băm nhỏ
- 2 ½ chén khoai lang nghiền
- 1 cốc cà rốt bào sợi
- 1 lon (14 ounce) Cà chua thái hạt lựu
- 1 thìa cà phê oregano Mexico
- 2 quả ớt Chipotle trong adobo
- ½ chén nước luộc rau
- 1 quả bơ, thái lát
- 8 bánh ngô

HƯỚNG DẪN:

a) Trong chảo xào lớn trên lửa vừa, thêm nước và hành tây vào nấu trong 3 -4 phút cho đến khi hành tây trong suốt và mềm. Thêm tỏi và tiếp tục nấu, khuấy trong 1 phút.

b) Thêm khoai lang và cà rốt vào chảo và nấu trong 5 phút, khuấy thường xuyên.

NƯỚC XỐT:

c) Cho cà chua thái hạt lựu, nước luộc rau, lá oregano và ớt chipotle vào máy xay và xay cho đến khi mịn.

d) Thêm nước sốt cà chua chipotle vào chảo và nấu trong 10-12 phút, thỉnh thoảng khuấy cho đến khi khoai lang và cà rốt chín đều. Nếu cần, thêm nhiều nước luộc rau vào chảo.

e) Ăn kèm bánh ngô ấm và phủ các lát bơ lên trên.

4.Tacos khoai tây và Chorizo

THÀNH PHẦN:

- 1 muỗng canh dầu thực vật, tùy chọn
- 1 chén hành tây, trắng, băm nhỏ
- 3 chén khoai tây, gọt vỏ, thái hạt lựu
- 1 chén chorizo thuần chay, nấu chín
- 12 bánh ngô
- 1 cốc salsa yêu thích của bạn

HƯỚNG DẪN:

a) Đun nóng 1 thìa dầu trong chảo xào lớn ở lửa vừa và nhỏ. Thêm hành tây và nấu cho đến khi mềm và trong suốt, khoảng 10 phút.

b) Trong khi nấu hành, hãy đặt khoai tây đã cắt vào nồi nhỏ với nước muối. Đun sôi nước ở nhiệt độ cao. Hạ nhiệt xuống mức trung bình và để khoai tây nấu trong 5 phút.

c) Xả khoai tây và thêm chúng vào chảo cùng với hành tây. Vặn lửa lên mức trung bình cao. Nấu khoai tây và hành tây trong 5 phút hoặc cho đến khi khoai tây bắt đầu chuyển sang màu nâu. Thêm dầu nếu cần thiết.

d) Thêm chorizo đã nấu chín vào chảo và trộn đều. Nấu thêm một phút nữa .

e) Nêm với muối và hạt tiêu.

f) Ăn kèm với bánh ngô ấm và sốt salsa tùy bạn chọn.

5.Tacos Calabacitas mùa hè

THÀNH PHẦN:

- ½ chén nước luộc rau
- 1 chén hành tây trắng, thái hạt lựu
- 3 tép tỏi, băm nhỏ
- ¼ cốc nước luộc rau hoặc nước
- 2 quả bí xanh, lớn, cắt thành xúc xắc
- 2 cốc cà chua, thái hạt lựu
- 10 bánh ngô
- 1 quả bơ, thái lát
- 1 cốc Salsa yêu thích

HƯỚNG DẪN:

a) Trong một chiếc nồi lớn có đáy nặng, đặt ở lửa vừa; Đổ hành tây vào ¼ cốc nước luộc rau trong 2 đến 3 phút cho đến khi hành tây trong suốt.

b) Thêm tỏi và đổ ¼ cốc nước luộc rau còn lại vào, đậy nắp và hấp.

c) Mở nắp, thêm bí ngòi vào và nấu trong 3-4 phút cho đến khi bí xanh bắt đầu mềm.

d) Thêm cà chua và nấu thêm 5 phút nữa hoặc cho đến khi tất cả các loại rau mềm.

e) Nêm nếm vừa ăn và dùng kèm với bánh ngô ấm với lát bơ và salsa.

6.Tacos kem gà & bơ

THÀNH PHẦN:

- 1 ounce bơ chín
- 2 thìa sữa chua tự nhiên ít béo
- 1 thìa nước cốt chanh
- Muối và tiêu
- Một ít lá xà lách thái nhỏ
- 1 củ hành tím hoặc 3 củ hành lá, cắt nhỏ.
- 1 quả cà chua cắt thành múi
- Một phần tư quả ớt, thái nhỏ
- 2 vỏ bánh Taco
- 2 ounce gà nướng, thái lát

HƯỚNG DẪN:

a) Trong một chiếc bát nhỏ, dùng nĩa nghiền bơ cho đến khi mịn. Thêm sữa chua và nước cốt chanh vào và khuấy đều cho đến khi hòa quyện. Nêm với muối và hạt tiêu.

b) Trộn rau diếp, hẹ tây hoặc hành lá, cà chua và ớt xanh hoặc đỏ.

c) Làm ấm vỏ bánh taco dưới vỉ nướng vừa phải trong 2 đến 3 phút.

d) Lấy chúng ra và đổ hỗn hợp salad vào. Phủ thịt gà lên trên và rưới nước sốt bơ lên trên. Phục vụ ngay lập tức.

7.Tacos thịt lợn nướng & Salsa đu đủ

THÀNH PHẦN:

- 1 quả đu đủ; gọt vỏ, bỏ hạt, cắt thành khối ½ inch
- 1 quả ớt đỏ nhỏ; bỏ hạt và thái nhỏ
- ½ chén hành tím; băm nhỏ
- ½ chén ớt chuông đỏ; băm nhỏ
- ½ cốc lá bạc hà tươi; băm nhỏ
- 2 thìa nước cốt chanh
- ¼ pound Thịt lợn thăn giữa không xương nướng; cắt thành dải
- ½ cốc đu đủ tươi; băm nhỏ
- ½ cốc dứa tươi; băm nhỏ
- 10 bánh bột mì, hâm nóng
- 1½ cốc phô mai Monterey Jack; cắt nhỏ (6 oz)
- 2 thìa bơ thực vật hoặc bơ; tan chảy

HƯỚNG DẪN:

a) Nấu thịt lợn trong chảo 10 inch trên lửa vừa trong khoảng 10 phút, thỉnh thoảng khuấy cho đến khi không còn màu hồng; làm khô hạn.

b) Khuấy đu đủ và dứa. Đun nóng, thỉnh thoảng khuấy cho đến khi nóng. Làm nóng lò đến 425F.

c) Múc khoảng ¼ cốc hỗn hợp thịt lợn lên một nửa mỗi chiếc bánh tortilla; trên cùng với khoảng 2 muỗng canh phô mai.

d) Gấp bánh ngô quá đầy. Xếp năm chiếc bánh ngô nhân vào chảo cuộn thạch không phết dầu mỡ, kích thước 15 ½x10 ½x1 inch; chải bằng bơ thực vật tan chảy.

e) Nướng không đậy nắp trong khoảng 10 phút hoặc cho đến khi có màu vàng nâu nhạt. Lặp lại với tacos còn lại. Ăn kèm với đu đủ Salsa.

8.Tacos thịt lợn băm nhỏ

THÀNH PHẦN:

- ½ pound thịt heo quay
- 12 tacos mềm tự làm
- 1 chén hành tây thái lát
- ½ cốc cà chua xắt nhỏ và 1 quả bơ
- quả ớt jalapeno
- ½ chén sốt kem chua
- 1 quả ớt neo & 1 cốc nước
- 1 chén rau diếp thái nhỏ
- ½ muỗng cà phê muối và hạt tiêu
- 1 chén phô mai cheddar cắt nhỏ

HƯỚNG DẪN:

a) Lấy một cái chảo lớn cho thịt lợn băm nhỏ, rau, nước và gia vị vào nấu trong 20 phút, thỉnh thoảng khuấy đều. Lấy rau và thịt gà ra khỏi nước nấu và cắt thành từng miếng nhỏ.

b) Kết hợp bánh ngô tự làm với rau diếp, thịt lợn, rau, sốt kem chua, phô mai cắt nhỏ, cà chua thái hạt lựu và bơ.

9.Tacos gà ngô với ô liu

THÀNH PHẦN:

- ⅔ cốc Plus 2 muỗng canh. ức gà nấu chín; cắt nhỏ
- 1 gói hỗn hợp gia vị Taco
- 3 ounce ngô đóng hộp kiểu Mexico; cạn nước
- 4 vỏ bánh Taco hoặc bánh bột mì
- ⅓ cốc Plus 1 muỗng canh. rau xà lách; cắt nhỏ
- ½ quả cà chua vừa; băm nhỏ
- 1 muỗng canh cộng với 2 muỗng cà phê ô liu chín thái lát
- 1 ounce phô mai cheddar cắt nhỏ

HƯỚNG DẪN:

a) Kết hợp hỗn hợp gia vị gà và taco trong chảo trên lửa vừa cao.

b) Thêm lượng nước theo hướng dẫn trên bao bì để làm nhân bánh taco. Đun sôi. Giảm nhiệt xuống mức trung bình.

c) Đun nhỏ lửa trong 5-10 phút, thỉnh thoảng khuấy hoặc cho đến khi nước bay hơi hết. Khuấy ngô và nấu cho đến khi nóng hoàn toàn.

d) Trong khi đó, đun nóng vỏ bánh taco hoặc bánh ngô theo hướng dẫn trên bao bì. Đổ ¼ cốc nhân gà vào mỗi vỏ.

e) Xếp từng loại rau diếp, cà chua, ô liu và phô mai lên trên.

10. Tacos gà ớt Verde

THÀNH PHẦN:

- 3 chén bắp cải thái nhỏ
- 1 chén ngò tươi - đóng gói nhẹ
- 1 cốc salsa ớt xanh
- 1 pound Ức gà không xương không da
- 1 muỗng cà phê dầu sa-lát
- 1 Ức gà không xương không da -- thái theo chiều dọc
- 3 tép tỏi - băm nhỏ
- 1 thìa cà phê thì là xay
- ½ muỗng cà phê lá oregano khô
- 8 bánh bột mì
- Giảm mỡ hoặc thường xuyên

HƯỚNG DẪN:

a) Kết hợp bắp cải, ngò và salsa trong món ăn; để qua một bên.

b) Cắt ngang thịt gà thành dải rộng ½ inch. Trong chảo chống dính 10 đến 12 inch trên lửa vừa cao, khuấy dầu, hành tây và tỏi trong 2 phút. Tăng nhiệt lên cao, thêm thịt gà vào và đảo thường xuyên cho đến khi thịt không còn màu hồng ở giữa, từ 4 đến 6 phút.

c) Thêm thì là và lá oregano; khuấy trong 15 giây. Múc từng thìa vào đĩa phục vụ. 3.

d) Bọc bánh ngô trong một chiếc khăn vải và nấu trong lò vi sóng ở công suất tối đa cho đến khi nóng, khoảng 1 phút rưỡi. Tại bàn, múc hỗn hợp bắp cải và thịt gà vào bánh ngô.

11.Tacos gà Cheddar ngô cháy

THÀNH PHẦN:

- ⅔ cốc Plus 2 muỗng canh. ức gà nấu chín; cắt nhỏ
- 1 gói hỗn hợp gia vị Taco
- 3 ounce ngô cháy
- 4 vỏ bánh Taco hoặc bánh bột mì
- ⅓ cốc Plus 1 muỗng canh. rau xà lách; cắt nhỏ
- ½ quả cà chua vừa; băm nhỏ
- 1 muỗng canh cộng với 2 muỗng cà phê ô liu chín thái lát
- Kem chua
- 1 ounce phô mai cheddar cắt nhỏ

HƯỚNG DẪN:

a) Kết hợp hỗn hợp gia vị gà và taco trong chảo trên lửa vừa cao.
b) Thêm lượng nước theo hướng dẫn trên bao bì để làm nhân bánh taco. Đun sôi.
c) Giảm nhiệt xuống mức trung bình. Đun nhỏ lửa trong 5-10 phút, thỉnh thoảng khuấy hoặc cho đến khi nước bay hơi hết.
d) Khuấy ngô và nấu cho đến khi nóng hoàn toàn.
e) Trong khi đó, đun nóng vỏ bánh taco hoặc bánh ngô theo hướng dẫn trên bao bì. Đổ ¼ cốc nhân gà vào mỗi vỏ.
f) Xếp từng loại rau diếp, cà chua, ô liu và phô mai lên trên.
g) Rưới kem chua lên trên.

12.Tôm Nướng Và Đậu Đen

THÀNH PHẦN:

- 1 pound tôm bóc vỏ
- 12 bánh ngô
- 2 thìa ớt bột
- 1 ½ thìa nước cốt chanh vắt
- 1 chén đậu đen
- Pico de Gallo
- ½ muỗng cà phê dầu ô liu nguyên chất
- ¼ thìa cà phê muối
- 6 xiên

HƯỚNG DẪN:

a) Làm nóng lò nướng trước, sau đó chuẩn bị nước sốt, đun nóng đậu đen, nước cốt chanh, ớt bột và muối trong chảo vừa.

b) đã tạo thành hỗn hợp sệt mịn , chuẩn bị xiên tôm. Chúng cần được chiên khoảng 1-2 phút cho cả hai mặt, sau đó phết từng con tôm và nướng thêm 2 phút nữa.

c) Làm bánh tortilla của bạn, thêm tôm, nước sốt và gia vị.

13.Tacos cá Cabo đen

THÀNH PHẦN:

- 1,5 pound cá trắng và 8 ounce nước xốt cá
- 12 bánh ngô
- ¾ pound Súp Châu Á
- 9 muỗng canh kem chua chanh
- 4 ounce bơ
- 7 thìa canh aioli chipotle
- 7 thìa Pico de Gallo
- 2 muỗng canh gia vị tiêu đen
- Chipotle Aioli
- ¾ cốc sốt mayonnaise
- 1 thìa nước cốt chanh
- 1 muỗng canh mù tạt
- Muối Kosher và tiêu đen xay
- 2 quả ớt chipotle

HƯỚNG DẪN:

a) Cho bơ không muối vào chảo đun chảy, cho cá trắng đã ướp vào, rắc chút gia vị tiêu đen rồi chiên cả hai mặt trong 2 phút.

b) Làm nóng từng chiếc bánh tortilla trên cả hai mặt, rồi thêm gà rán, sốt aioli chipotle, một ít Pico de Gallo, một ít món salad châu Á và một số gia vị.

14.Tacos tôm cay

THÀNH PHẦN:

- 4 bánh ngô ít carb
- 4 muỗng canh sốt salsa xoài
- 16 con tôm lớn
- 1 muỗng canh rau mùi tươi xắt nhỏ
- 1 chén rau diếp romaine
- ½ cốc phô mai cheddar
- 4 muỗng cà phê tương ớt
- ½ chén hành tây xào
- Nước ép 1 quả chanh

HƯỚNG DẪN:

a) Bắt đầu với tôm bằng cách ướp và xiên chúng vào sốt siracha trong 5 phút.

b) Bật bếp nướng và nấu hành tây trong vài phút cho đến khi chín kỹ.

c) Xếp từng chiếc bánh tortilla lên và phủ kem chua, tôm, rau diếp, phô mai cắt nhỏ, hành tây nướng và các gia vị khác lên trên.

15.Tacos cá rô phi

THÀNH PHẦN:

- 1 pound phi lê cá rô phi
- 2 bánh ngô trắng
- ½ quả bơ cắt lát
- ¼ muỗng cà phê dầu ô liu
- 1 quả cà chua
- 1 củ hành trắng
- 1 nước cốt chanh
- 1 nắm rau mùi

HƯỚNG DẪN:

a) Trong lò nướng nóng, bắt đầu nướng bánh ngô và phi lê cá rô phi ở cả hai mặt, nhưng nêm cá với một ít dầu ô liu, muối và hạt tiêu. Trong một bát vừa, trộn cà chua, nước cốt chanh , hành tây và gia vị.

b) Đặt một lớp cá cắt nhỏ đẹp mắt lên trên mỗi chiếc bánh tortilla, thêm hỗn hợp từ tô và bơ cắt lát, sau đó đặt phần cá còn lại lên trên.

16.Tacos gà với cơm và rượu sherry

THÀNH PHẦN:

- 2 pound thịt gà
- ¼ chén bột mì
- 2 thìa cà phê muối
- ¼ thìa cà phê Tiêu
- 1 chén hành tây, xắt nhỏ
- ¼ cốc bơ
- 2 muỗng canh sốt Worcestershire
- ¼ thìa cà phê bột tỏi
- 1 chén tương ớt
- 1½ chén nước dùng gà
- 3 chén cơm nóng đã nấu chín
- ½ cốc Sherry khô

HƯỚNG DẪN:

a) Lăn gà qua bột mì, muối và tiêu đã trộn.
b) Màu nâu trong bơ thực vật.
c) Đẩy gà sang một bên.
d) Thêm hành tây và xào cho đến khi trong suốt.
e) Khuấy các thành phần còn lại trừ gạo. Đun sôi, đậy nắp và giảm nhiệt, sau đó đun nhỏ lửa trong 35 phút.
f) Phục vụ thịt gà và nước sốt trên một lớp cơm mịn.

17.Taco gà nướng & ớt đỏ

THÀNH PHẦN:

- 1½ pound Thịt gà không xương, không da b
- 2 quả ớt chuông đỏ nướng
- 2 cọng cần tây, rửa sạch và thái lát
- 1 củ hành đỏ, bóc vỏ và cắt nhỏ
- ½ chén đậu đen nấu chín
- ¼ chén lá ngò cắt nhỏ
- ¼ chén giấm balsamic
- ¼ cốc dầu
- ¼ cốc nước cam
- ¼ cốc nước cốt chanh
- 2 tép tỏi, bóc vỏ và mi
- 1 muỗng cà phê hạt rau mùi xay
- ½ thìa cà phê Tiêu
- ½ thìa muối
- ¼ cốc kem chua hoặc sữa chua không béo
- 6 bánh bột mì (8 inch)

HƯỚNG DẪN:

a) ĐÈN LƯỚI NƯỚNG HOẶC LÀM NÓNG TRƯỚC gà thịt. Đập ức gà cho đến khi có độ dày đều rồi nướng hoặc nướng cả hai mặt cho đến khi chín nhưng không bị khô, khoảng 4 phút mỗi mặt. Sẽ rất hợp lý khi nướng ớt cùng một lúc. Cắt lát và đặt sang một bên.

b) Kết hợp ớt chuông, cần tây, hành tây, đậu đen và ngò vào tô trộn. Kết hợp giấm, dầu, nước cam, nước cốt chanh , tỏi, rau mùi và hạt tiêu. Kết hợp với muối và kem chua hoặc sữa chua trong lọ có nắp đậy kín. Lắc đều và rưới nước sốt lên rau.

c) Ướp rau trong 1 giờ ở nhiệt độ phòng. Đặt một chảo lớn trên lửa vừa và nướng bánh ngô trong 30 giây ở một bên để bánh mềm. Để phục vụ, chia thịt gà cho các bánh ngô, đặt nó vào giữa bánh tortilla.

d) Chia rau và nước sốt lên trên miếng gà rồi cuộn bánh tortilla thành hình trụ.

e) Phục vụ ngay lập tức; món ăn phải ở nhiệt độ phòng.

THỊ T BÒ VÀ THỪA

18.Tacos thịt bò

THÀNH PHẦN:

- ½ pound thịt bò nạc xay
- 8 bánh ngô nguyên hạt
- 1 gói gia vị taco
- Xà lách romaine cắt nhỏ và 2 quả cà chua lớn
- ¾ cốc nước
- 2 chén phô mai cheddar cắt nhỏ

HƯỚNG DẪN:

a) Cho một ít nước, thịt bò xay và gia vị taco vào chảo vừa, sau đó đun sôi mọi thứ.

b) Đun nóng cả hai mặt bánh taco theo hướng dẫn trên bao bì, sau đó cho thịt, rau và nước sốt lên trên.

19.Thịt Bò , Nấm Hoang Dã Và Taco Poblano

THÀNH PHẦN:

- 1 muỗng canh dầu ô liu
- 12 bánh ngô
- 1 pound thịt bò bít tết
- 12 muỗng canh sốt salsa & ½ muỗng cà phê rau mùi
- ½ muỗng cà phê muối và hạt tiêu đen
- 2 chén hành sống và 1 chén tỏi băm
- ¾ cốc phô mai Mexico
- 1 quả ớt Poblano
- 2 chén nấm dại

HƯỚNG DẪN:

a) Bắt đầu chiên thịt bò bít tết trong chảo ngập dầu vừa, cùng với gia vị muối và tiêu. Sau khi nấu khoảng 5 phút cả hai mặt, lấy bít tết ra và đặt sang một bên.

b) Thêm các nguyên liệu còn lại vào chảo và xào trong 5 phút.

c) Phục vụ bánh ngô ấm với hỗn hợp nấm, thịt bít tết thái lát, sốt salsa và phô mai Mexico cắt nhỏ.

20.Tacos thịt bò và đậu ít béo

THÀNH PHẦN:

- 1 pound thịt bò xay
- đậu chiên
- 8 vỏ taco và gia vị taco
- 1 củ hành ngọt
- nước sốt salsa
- phô mai cheddar cắt nhỏ
- 1 quả bơ cắt lát
- kem chua

HƯỚNG DẪN:

a) Bắt đầu nấu thịt bò trong chảo dầu rồi thêm đậu và gia vị.

b) Đặt bánh taco lên đĩa và thêm hỗn hợp thịt, sốt salsa, kem chua, bơ thái lát và phô mai cheddar cắt nhỏ.

21.Tacos thịt bò Cheddar

THÀNH PHẦN:

- 1 ½ pound thịt bò nạc xay
- 8 bánh ngô nguyên hạt
- 1 gói gia vị taco
- 1 hũ sốt salsa
- 2 cốc phô mai cheddar bào

HƯỚNG DẪN:

a) Trong chảo rán có dầu, từ từ làm chín thịt bò xay, thêm nước sốt salsa và trộn đều, sau đó để ráo thịt.

b) Làm nóng từng chiếc bánh tortilla và thêm hỗn hợp thịt, gia vị, thêm một ít sốt salsa và phô mai cheddar.

22.Tacos thịt bò BBQ

THÀNH PHẦN:

- 1 pound thịt bò nạc xay (hoặc gà tây)
- ½ chén phô mai cắt nhỏ của Mexico
- 1 củ hành tây thái lát và ớt đỏ
- 8 bánh ngô nguyên hạt
- ½ chén nước sốt thịt nướng
- 1 quả cà chua thái hạt lựu

HƯỚNG DẪN:

a) Bắt đầu nấu thịt bò, hành tây và ớt trong chảo có lượng dầu vừa phải cho đến khi chín kỹ , thỉnh thoảng đảo đều.

b) Thêm nước sốt và nấu mọi thứ trong 2 phút.

c) Đổ hỗn hợp thịt lên từng chiếc bánh tortilla và phủ phô mai và cà chua lên trên trước khi dùng.

23.Tacos De Barbacoa

THÀNH PHẦN:

- 4 pound thịt bò
- ¼ chén giấm táo
- 20 bánh ngô
- 3 thìa nước cốt chanh
- ¾ chén nước luộc gà
- 3-5 quả ớt chipotle đóng hộp
- 2 thìa dầu thực vật & 3 lá nguyệt quế
- 4 tép tỏi và thì là
- 3 thìa cà phê lá oregano Mexico
- 1 ½ thìa cà phê muối và tiêu đen xay
- ½ thìa cà phê đinh hương xay
- hành tây, ngò và chanh (xắt nhỏ)

HƯỚNG DẪN:

a) Trộn nước cốt chanh , tép tỏi, giấm rượu táo và các gia vị khác vào một bát vừa cho đến khi chúng mịn như bột nhão.

b) Lấy thịt và chiên trong chảo dầu trong 5 phút cho cả hai mặt. Thêm hỗn hợp từ bát lên trên thịt và tiếp tục khuấy đều.

c) Sau 10 phút nữa, trong khi các nguyên liệu đang sôi, cho hỗn hợp vào lò nướng đã làm nóng trước. Nấu khoảng 4-5 tiếng.

d) Phục vụ bánh ngô với hỗn hợp lò nướng, hành tây, ngò, chanh và các gia vị khác.

ENCHILADAS

24.Enchiladas Tôm Và Phô Mai

THÀNH PHẦN:

- 12 bánh ngô
- 2 cốc phô mai Monterey Jack cắt nhỏ
- 1 pound tôm vừa, bóc vỏ và bỏ chỉ
- ¼ chén hành tây xắt nhỏ
- 2 tép tỏi, băm nhỏ
- 2 muỗng canh dầu thực vật
- 1 lon (10 ounce) nước sốt enchilada xanh
- Muối và hạt tiêu cho vừa ăn

HƯỚNG DẪN:

a) Làm nóng lò ở nhiệt độ 375°F. Trong chảo lớn, đun nóng dầu trên lửa vừa.

b) Thêm hành và tỏi vào, nấu cho đến khi hành mềm, khoảng 5 phút. Thêm tôm và nấu cho đến khi có màu hồng, khoảng 3-4 phút.

c) Loại bỏ khỏi nhiệt.

d) Bánh tortilla ấm trong lò vi sóng trong 30 giây. Đổ vào mỗi chiếc bánh tortilla một ít phô mai và một thìa hỗn hợp tôm.

e) Cuộn chặt lại và đặt đường may úp xuống đĩa nướng đã phết mỡ.

f) Đổ nước sốt enchilada xanh lên trên enchiladas. Rắc phô mai còn lại.

g) Che bằng giấy bạc và nướng trong 20 phút. Lấy giấy bạc ra và nướng thêm 10-15 phút cho đến khi phô mai tan chảy và sủi bọt.

25.gà và phô mai với Verde

THÀNH PHẦN:

- 12 bánh ngô
- 2 cốc phô mai Monterey Jack cắt nhỏ
- 2 chén thịt gà nấu chín và xé nhỏ
- 1 lon (10 ounce) nước sốt enchilada xanh
- ½ cốc kem chua
- ¼ chén ngò xắt nhỏ
- Muối và hạt tiêu cho vừa ăn

HƯỚNG DẪN:

a) Làm nóng lò ở nhiệt độ 375°F.
b) Trong một tô vừa, trộn thịt gà xé nhỏ, ngò, kem chua, muối và tiêu.
c) Bánh tortilla ấm trong lò vi sóng trong 30 giây.
d) Đổ đầy mỗi chiếc bánh tortilla một ít phô mai và một thìa hỗn hợp thịt gà. Cuộn chặt lại và đặt mặt đường may xuống đĩa nướng đã phết mỡ.
e) Đổ nước sốt enchilada xanh lên trên enchiladas.
f) Rắc phô mai còn lại. Che bằng giấy bạc và nướng trong 20 phút.
g) Lấy giấy bạc ra và nướng thêm 10-15 phút cho đến khi phô mai tan chảy và sủi bọt.

26.Enchiladas Đậu Đen Phô Mai Chay

THÀNH PHẦN:

- 12 bánh ngô
- 2 cốc phô mai Monterey Jack cắt nhỏ
- 1 lon (15 ounce) đậu đen, rửa sạch và để ráo nước
- ½ chén ngô đông lạnh, rã đông
- ¼ chén hành tây xắt nhỏ
- 1 lon (10 ounce) nước sốt enchilada đỏ
- Muối và hạt tiêu cho vừa ăn

HƯỚNG DẪN:

a) Làm nóng lò ở nhiệt độ 375°F.

b) Trong một bát vừa, trộn đậu đen, ngô, hành tây, muối và hạt tiêu.

c) Bánh tortilla ấm trong lò vi sóng trong 30 giây. Đổ vào mỗi chiếc bánh tortilla một ít phô mai và một thìa hỗn hợp đậu đen.

d) Cuộn chặt lại và đặt mặt đường may xuống đĩa nướng đã phết mỡ.

e) Đổ nước sốt enchilada đỏ lên trên enchiladas.

f) Rắc phô mai còn lại. Che bằng giấy bạc và nướng trong 20 phút.

g) Lấy giấy bạc ra và nướng thêm 10-15 phút cho đến khi phô mai tan chảy và sủi bọt.

27.Enchiladas thịt bò cơ bản

THÀNH PHẦN:

- 1 pound thịt bò xay
- 12 bánh ngô
- 1 lon sốt enchilada
- 1 củ hành tây thái hạt lựu
- 2 tép tỏi
- 1 thìa cà phê thì là
- Muối và hạt tiêu cho vừa ăn

HƯỚNG DẪN:

a) Làm nóng lò ở nhiệt độ 375°F. Trong chảo, nấu thịt bò với hành tây, tỏi, thì là, muối và tiêu cho đến khi chín vàng.
b) Trong chảo, đun nóng nước sốt enchilada trên lửa vừa.
c) Nhúng bánh ngô vào nước sốt và đặt chúng vào đĩa nướng 9x13 inch.
d) Đổ hỗn hợp thịt bò vào từng bánh tortilla và cuộn lại.
e) Đổ phần nước sốt còn lại lên enchiladas và nướng trong 25-30 phút.

28.Enchiladas Bò Và Đậu

THÀNH PHẦN:

- 1 pound thịt bò xay
- 1 lon đậu đen, để ráo nước và rửa sạch
- 1 củ hành tây thái hạt lựu
- 2 tép tỏi
- 1 lon sốt enchilada đỏ
- 12 bánh ngô
- Muối và hạt tiêu cho vừa ăn

HƯỚNG DẪN:

a) Làm nóng lò ở nhiệt độ 375°F.

b) Trong chảo, nấu thịt bò với hành, tỏi, muối và tiêu cho đến khi chín vàng.

c) Thêm đậu đen và trộn đều. Trong chảo, đun nóng nước sốt enchilada trên lửa vừa.

d) Nhúng bánh ngô vào nước sốt và đặt chúng vào đĩa nướng 9x13 inch.

e) Đổ hỗn hợp thịt bò và đậu vào từng bánh tortilla rồi cuộn lại.

f) Đổ phần nước sốt còn lại lên enchiladas và nướng trong 25-30 phút.

29.Enchiladas thịt bò cay

THÀNH PHẦN:

- 12 bánh bột mì
- 2 chén phô mai hạt tiêu cắt nhỏ
- 1 pound thịt bò xay
- 1 lon (10 ounce) nước sốt enchilada
- 1 lon (4 ounce) ớt xanh thái hạt lựu, để ráo nước
- 1 thìa ớt bột
- ½ thìa cà phê thì là
- Muối và hạt tiêu cho vừa ăn

HƯỚNG DẪN:

a) Làm nóng lò ở nhiệt độ 375°F.

b) Trong chảo lớn, nấu thịt bò xay trên lửa vừa cho đến khi thịt bò chín vàng và chín đều . Hút hết mỡ thừa.

c) Thêm bột ớt, thì là, muối và hạt tiêu cho vừa ăn. Khuấy ớt xanh thái hạt lựu. Bánh tortilla ấm trong lò vi sóng trong 30 giây.

d) Đổ đầy mỗi chiếc bánh tortilla một ít phô mai và một thìa hỗn hợp thịt bò.

e) Cuộn chặt lại và đặt mặt đường may xuống đĩa nướng đã phết mỡ. Đổ nước sốt enchilada lên trên enchiladas.

f) Rắc phô mai còn lại. Che bằng giấy bạc và nướng trong 20 phút.

g) Lấy giấy bạc ra và nướng thêm 10-15 phút cho đến khi phô mai tan chảy và sủi bọt.

30.Enchiladas đậu hỗn hợp

THÀNH PHẦN:

- 10 bánh ngô
- 1 lon (15 ounce) đậu đen, để ráo nước và rửa sạch
- 1 lon (15 ounce) đậu thận, để ráo nước và rửa sạch
- 1 lon (15 ounce) đậu pinto, để ráo nước và rửa sạch
- 1 lon (4 ounce) ớt xanh thái hạt lựu
- ½ chén hành tây xắt nhỏ
- ½ chén ớt chuông xanh xắt nhỏ
- 2 tép tỏi, băm nhỏ
- 1 thìa cà phê thì là xay
- 1 thìa cà phê ớt bột
- 2 chén nước sốt enchilada
- 1 chén phô mai cheddar cắt nhỏ
- ¼ chén ngò tươi xắt nhỏ

HƯỚNG DẪN:

a) Làm nóng lò ở nhiệt độ 375°F.
b) Trong một tô lớn, trộn đậu đen, đậu tây, đậu pinto, ớt xanh, hành tây, ớt chuông, tỏi, thì là và bột ớt.
c) Làm ấm bánh ngô trong lò vi sóng hoặc trên vỉ nướng cho đến khi chúng mềm và dẻo.
d) Múc một ít hỗn hợp đậu lên từng chiếc bánh tortilla và cuộn chặt lại.
e) Đặt những chiếc bánh ngô đã cuộn lại theo đường may xuống trong đĩa nướng 9x13 inch.
f) Đổ nước sốt enchilada lên trên enchiladas.
g) Rắc phô mai cắt nhỏ lên trên enchiladas.
h) Nướng trong 20-25 phút hoặc cho đến khi enchiladas có màu nâu vàng và phô mai tan chảy.
i) Rắc rau mùi cắt nhỏ lên trên enchiladas trước khi dùng.

31.Lasagna đậu đen Enchilada

THÀNH PHẦN:

- 12 bánh ngô
- 2 chén nước sốt enchilada
- 1 chén đậu đen nấu chín
- 1 chén hạt ngô
- 1 chén ớt chuông thái hạt lựu
- 1 chén hành tây thái hạt lựu
- 3 tép tỏi, băm nhỏ
- 1 muỗng canh dầu ô liu
- 1 thìa cà phê thì là xay
- 1 thìa cà phê ớt bột
- Muối và hạt tiêu cho vừa ăn
- 1 chén phô mai cắt nhỏ thuần chay (cheddar hoặc hỗn hợp Mexico)
- Rau mùi tươi, cắt nhỏ (để trang trí)

HƯỚNG DẪN:

a) Làm nóng lò nướng của bạn ở nhiệt độ 375°F (190°C).

b) Trong chảo lớn, đun nóng dầu ô liu trên lửa vừa. Thêm hành và tỏi vào, xào cho đến khi mềm.

c) Thêm ớt chuông thái hạt lựu, hạt ngô, đậu đen nấu chín, thì là, bột ớt, muối và hạt tiêu. Nấu trong vài phút cho đến khi rau mềm và thấm đều gia vị.

d) Rải một lớp mỏng nước sốt enchilada lên đáy đĩa nướng.

e) Xếp một lớp bánh ngô lên trên nước sốt, phủ kín toàn bộ đáy đĩa.

f) Rải một nửa hỗn hợp rau và đậu lên bánh ngô.

g) Rưới một ít nước sốt enchilada lên rau và rắc phô mai cắt nhỏ thuần chay.

h) Lặp lại các lớp với một lớp bánh ngô khác, hỗn hợp rau và đậu còn lại, sốt enchilada và phô mai cắt nhỏ thuần chay .

i) Kết thúc với lớp bánh ngô cuối cùng, phủ sốt enchilada và phô mai cắt nhỏ thuần chay.

j) Đậy đĩa nướng bằng giấy bạc và nướng trong 20 phút.

k) Lấy giấy bạc ra và nướng thêm 10 phút cho đến khi phô mai tan chảy và sủi bọt.

l) Trang trí với rau mùi tươi trước khi dùng.

32.Enchiladas gà phô mai

THÀNH PHẦN:

- 2 lbs. ức gà không xương, không da
- 2 chén phô mai cheddar cắt nhỏ
- 1 lon (4 ounce) ớt xanh thái hạt lựu
- ½ cốc sốt salsa
- 10-12 bánh bột mì
- Muối và hạt tiêu cho vừa ăn

HƯỚNG DẪN:

a) Làm nóng lò ở nhiệt độ 375°F.
b) Nêm gà với muối và hạt tiêu, sau đó nấu trong chảo lớn trên lửa vừa cao cho đến khi chín vàng.
c) Xé thịt gà và đặt sang một bên.
d) Trong một tô lớn, trộn phô mai cắt nhỏ, ớt xanh thái hạt lựu và salsa.
e) Trong một bát riêng, trộn thịt gà xé nhỏ.
f) Làm ấm bánh ngô trong lò vi sóng hoặc trên vỉ nướng cho đến khi chúng mềm và dẻo.
g) Đặt một thìa đầy hỗn hợp thịt gà lên từng chiếc bánh tortilla và cuộn chặt lại.
h) Đặt những chiếc bánh ngô đã cuộn lại theo đường may xuống trong đĩa nướng 9x13 inch.
i) Đổ hỗn hợp phô mai lên trên enchiladas.
j) Nướng trong lò làm nóng trước trong 20-25 phút hoặc cho đến khi phô mai tan chảy và sủi bọt.

33.Enchiladas gà kem với Sốt Poblano

THÀNH PHẦN:

- 2 lbs. ức gà không xương, không da
- ½ cốc kem đặc
- ¼ cốc kem chua
- 1 lon (4 ounce) ớt xanh thái hạt lựu
- 2 chén phô mai Monterey jack cắt nhỏ
- 10-12 bánh ngô
- Muối và hạt tiêu cho vừa ăn
- Poblano :
- 2 quả ớt poblano lớn
- ½ củ hành tây, xắt nhỏ
- 2 tép tỏi, băm nhỏ
- ½ chén nước luộc gà
- ½ cốc kem đặc
- Muối và hạt tiêu cho vừa ăn

HƯỚNG DẪN:

a) Làm nóng lò ở nhiệt độ 375°F.
b) Nêm gà với muối và hạt tiêu, sau đó nấu trong chảo lớn trên lửa vừa cao cho đến khi chín vàng.
c) Xé thịt gà và đặt sang một bên.
d) Trong một tô lớn, trộn kem đặc, kem chua, ớt xanh thái hạt lựu và 1 cốc phô mai Monterey jack cắt nhỏ.
e) Trong một bát riêng, trộn thịt gà xé nhỏ.
f) Làm ấm bánh ngô trong lò vi sóng hoặc trên vỉ nướng cho đến khi chúng mềm và dẻo.
g) Đặt một thìa đầy hỗn hợp thịt gà lên từng chiếc bánh tortilla và cuộn chặt lại.
h) Đặt những chiếc bánh ngô đã cuộn lại theo đường may xuống trong đĩa nướng 9x13 inch.
i) Đổ hỗn hợp nước sốt kem lên trên enchiladas và rắc phô mai cắt nhỏ còn lại.
j) Nướng trong lò làm nóng trước trong 20-25 phút hoặc cho đến khi phô mai tan chảy và sủi bọt.
k) Đối với nước sốt Poblano :

l) Nướng ớt poblano trên ngọn lửa trần hoặc dưới lò nướng thịt cho đến khi da cháy thành than và phồng rộp.
m) Tắt bếp và cho vào túi nhựa hấp khoảng 10-15 phút.
n) Ớt bỏ vỏ, cuống và hạt rồi cắt nhỏ phần thịt.
o) Trong một cái chảo lớn, xào hành và tỏi cho đến khi mềm.
p) Thêm poblanos cắt nhỏ , nước luộc gà và kem béo vào nồi và đun nhỏ lửa trong vòng 10 - 15 phút.
q) Nêm muối và hạt tiêu cho vừa ăn.
r) Đổ nước sốt lên enchiladas trước khi dùng.

34.Enchiladas gà sốt Verde

THÀNH PHẦN:

- 2 lbs. ức gà không xương, không da
- 2 chén phô mai Monterey jack cắt nhỏ
- 1 lon (4 ounce) ớt xanh thái hạt lựu
- 1 lọ (16 ounce) salsa verde
- 10-12 bánh ngô
- Muối và hạt tiêu cho vừa ăn

HƯỚNG DẪN:

a) Làm nóng lò ở nhiệt độ 375°F.

b) Nêm gà với muối và hạt tiêu, sau đó nấu trong chảo lớn trên lửa vừa cao cho đến khi chín vàng.

c) Xé thịt gà và đặt sang một bên.

d) Trong một tô lớn, trộn phô mai cắt nhỏ, ớt xanh thái hạt lựu và ½ cốc salsa verde .

e) Trong một bát riêng, trộn thịt gà xé nhỏ.

f) Làm ấm bánh ngô trong lò vi sóng hoặc trên vỉ nướng cho đến khi chúng mềm và dẻo.

g) Đặt một thìa đầy hỗn hợp thịt gà lên từng chiếc bánh tortilla và cuộn chặt lại.

h) Đặt những chiếc bánh ngô đã cuộn lại theo đường may xuống trong đĩa nướng 9x13 inch.

i) Đổ phần salsa verde còn lại lên trên enchiladas.

j) Nướng trong lò làm nóng trước trong 20-25 phút hoặc cho đến khi phô mai tan chảy và sủi bọt.

35.Enchiladas gà kem với sốt cà chua

THÀNH PHẦN:

- 2 lbs. ức gà không xương, không da
- ½ cốc kem đặc
- ¼ cốc kem chua
- 1 lon (4 ounce) ớt xanh thái hạt lựu
- 2 chén phô mai Monterey jack cắt nhỏ
- 10-12 bánh ngô
- Muối và hạt tiêu cho vừa ăn
- Sốt cà chua:
- 8 quả cà chua, bóc vỏ và rửa sạch
- ½ củ hành tây, xắt nhỏ
- 2 tép tỏi, băm nhỏ
- ½ chén nước luộc gà
- ½ cốc kem đặc
- Muối và hạt tiêu cho vừa ăn

HƯỚNG DẪN:

a) Làm nóng lò ở nhiệt độ 375°F.
b) Nêm gà với muối và hạt tiêu, sau đó nấu trong chảo lớn trên lửa vừa cao cho đến khi chín vàng.
c) Xé thịt gà và đặt sang một bên.
d) Trong một tô lớn, trộn kem đặc, kem chua, ớt xanh thái hạt lựu và 1 cốc phô mai Monterey jack cắt nhỏ.
e) Trong một bát riêng, trộn thịt gà xé nhỏ.
f) Làm ấm bánh ngô trong lò vi sóng hoặc trên vỉ nướng cho đến khi chúng mềm và dẻo.
g) Đặt một thìa đầy hỗn hợp thịt gà lên từng chiếc bánh tortilla và cuộn chặt lại.
h) Đặt những chiếc bánh ngô đã cuộn lại theo đường may xuống trong đĩa nướng 9x13 inch.
i) Đổ hỗn hợp nước sốt kem lên trên enchiladas và rắc phô mai cắt nhỏ còn lại.
j) Nướng trong lò làm nóng trước trong 20-25 phút hoặc cho đến khi phô mai tan chảy và sủi bọt.
k) Đối với nước sốt Tomatillo:
l) Làm nóng lò nướng thịt trước.

m) Đặt cà chua lên khay nướng và nướng trong 5-7 phút hoặc cho đến khi da cháy thành than và phồng rộp.
n) Di dời khỏi nóng và làm lạnh.
o) Trong máy xay sinh tố hoặc máy chế biến thực phẩm, xay nhuyễn cà chua, hành tây, tỏi, nước luộc gà và kem béo cho đến khi mịn.
p) Nêm muối và hạt tiêu cho vừa ăn.
q) Đổ nước sốt lên enchiladas trước khi dùng.

36.Gà Enchilada Nachos

THÀNH PHẦN:

- 2 chén thịt gà xé nấu chín
- 1 lon (10 ounce) sốt enchilada đỏ
- 1 túi bánh tortilla
- 1 chén phô mai cheddar cắt nhỏ
- ¼ chén hành đỏ thái hạt lựu
- ¼ chén ngò tươi xắt nhỏ
- Kem chua để phục vụ

HƯỚNG DẪN:

a) Làm nóng lò ở nhiệt độ 375°F.

b) Trong tô, trộn gà xé đã nấu chín với sốt enchilada đỏ.

c) Trên một tấm nướng bánh, trải các miếng bánh tortilla thành một lớp.

d) Rắc phô mai cheddar cắt nhỏ lên khoai tây chiên, sau đó phủ hỗn hợp thịt gà và nước sốt enchilada lên trên.

e) Nướng trong vòng 10-15 phút hoặc cho đến khi phô mai tan chảy và sủi bọt.

f) Phủ hành đỏ thái hạt lựu và ngò tươi xắt nhỏ lên trên. Ăn kèm với kem chua.

37.Enchiladas đậu đen và ngô

THÀNH PHẦN:

- 1 củ hành tây, xắt nhỏ
- 2 tép tỏi, băm nhỏ
- 1 lon (15 ounce) đậu đen, để ráo nước và rửa sạch
- 1 lon (15 ounce) ngô, để ráo nước
- 1 thìa cà phê thì là xay
- Muối và hạt tiêu cho vừa ăn
- 8-10 bánh ngô
- 1 ½ chén phô mai cheddar cắt nhỏ
- 1 lon (15 ounce) nước sốt enchilada

HƯỚNG DẪN:

a) Làm nóng lò ở nhiệt độ 350°F.
b) Trong chảo lớn, xào hành và tỏi cắt nhỏ cho đến khi có mùi thơm, khoảng 2-3 phút.
c) Thêm đậu đen, ngô, thì là, muối và hạt tiêu vào chảo và khuấy đều cho đến khi kết hợp tốt.
d) Làm ấm bánh ngô trong lò vi sóng hoặc trên vỉ nướng cho đến khi chúng mềm và dẻo.
e) Đổ một lượng nhỏ nước sốt enchilada vào đáy đĩa nướng 9x13 inch.
f) Đặt một thìa đầy hỗn hợp đậu đen và ngô lên từng chiếc bánh tortilla và cuộn chặt lại.
g) Đặt những chiếc bánh ngô đã cuộn lại theo đường may xuống khay nướng.
h) Đổ nước sốt enchilada còn lại lên trên enchiladas.
i) Rắc phô mai cheddar cắt nhỏ lên trên enchiladas.
j) Nướng trong lò làm nóng trước trong 20-25 phút hoặc cho đến khi phô mai tan chảy và sủi bọt.
k) Trang trí với rau mùi tươi và dùng nóng.

CÁ VÀ HẢI SẢN

38.Tôm Enchiladas

THÀNH PHẦN:

- 1 pound tôm nấu chín và cắt nhỏ
- 12 bánh ngô
- 1 lon sốt enchilada đỏ
- 1 củ hành tây thái hạt lựu
- 2 tép tỏi
- 1 thìa cà phê thì là
- Muối và hạt tiêu cho vừa ăn

HƯỚNG DẪN:

a) Làm nóng lò ở nhiệt độ 375°F.

b) Trong chảo, đun nóng nước sốt enchilada, hành tây, tỏi, thì là, muối và hạt tiêu trên lửa vừa.

c) Nhúng bánh ngô vào nước sốt và đặt chúng vào đĩa nướng 9x13 inch.

d) Đổ tôm vào từng bánh tortilla và cuộn lại.

e) Đổ phần nước sốt còn lại lên enchiladas và nướng trong 25-30 phút.

39.Enchiladas cua

THÀNH PHẦN:

- 1 pound thịt cua, nhặt lấy vỏ
- 2 chén phô mai Monterey jack cắt nhỏ
- 1 lon (4 ounce) ớt xanh thái hạt lựu
- 1 lọ (16 ounce) salsa
- 10-12 bánh ngô
- Muối và hạt tiêu cho vừa ăn

HƯỚNG DẪN:

a) Làm nóng lò ở nhiệt độ 375°F.
b) Trong một tô lớn, trộn thịt cua, phô mai cắt nhỏ, ớt xanh thái hạt lựu và ½ cốc salsa.
c) Làm ấm bánh ngô trong lò vi sóng hoặc trên vỉ nướng cho đến khi chúng mềm và dẻo.
d) Đặt một thìa đầy hỗn hợp thịt cua lên từng chiếc bánh tortilla và cuộn chặt lại.
e) Đặt những chiếc bánh ngô đã cuộn lại theo đường may xuống trong đĩa nướng 9x13 inch.
f) Đổ phần salsa còn lại lên trên enchiladas.
g) Nướng trong lò làm nóng trước trong 20-25 phút hoặc cho đến khi phô mai tan chảy và sủi bọt.

40.Enchiladas hải sản

THÀNH PHẦN:

- 1 pound tôm nấu chín, bóc vỏ và bỏ chỉ
- 1 pound thịt cua nấu chín, thái nhỏ
- 1 lon (4 ounce) ớt xanh thái hạt lựu
- ½ chén hành tây xắt nhỏ
- 2 tép tỏi, băm nhỏ
- 1 thìa cà phê thì là xay
- 1 thìa cà phê ớt bột
- 1 thìa cà phê lá oregano khô
- 1 lon (10 ounce) nước sốt enchilada
- 10-12 bánh ngô
- 1 cốc phô mai Monterey jack cắt nhỏ
- ¼ chén ngò tươi xắt nhỏ
- Muối và hạt tiêu cho vừa ăn
- Lớp phủ tùy chọn: bơ thái hạt lựu, ớt jalapenos cắt lát, kem chua, chanh cắt lát

HƯỚNG DẪN:

a) Làm nóng lò ở nhiệt độ 375°F.
b) Trong một tô lớn, trộn tôm đã luộc, thịt cua luộc, ớt xanh thái hạt lựu, hành tây xắt nhỏ, tỏi băm, thì là, ớt bột và lá oregano. Nêm muối và hạt tiêu cho vừa ăn.
c) Làm ấm bánh ngô trong lò vi sóng hoặc trên vỉ nướng cho đến khi chúng mềm và dẻo.
d) Rải một lượng nhỏ nước sốt enchilada vào đáy đĩa nướng 9x13 inch.
e) Đặt một thìa đầy hỗn hợp hải sản lên từng chiếc bánh tortilla và cuộn chặt lại.
f) Đặt những chiếc bánh ngô đã cuộn lại theo đường may xuống khay nướng.
g) Đổ nước sốt enchilada còn lại lên trên enchiladas.
h) Rắc phô mai cắt nhỏ lên trên enchiladas.
i) Nướng trong lò làm nóng trước trong 20-25 phút hoặc cho đến khi phô mai tan chảy và sủi bọt.
j) Rắc rau mùi cắt nhỏ lên trên enchiladas.
k) Dùng nóng với các loại topping tùy chọn nếu muốn.

41.Enchiladas cá hồi

THÀNH PHẦN:

- 1 pound cá hồi nấu chín, vẩy
- 1 lon (4 ounce) ớt xanh thái hạt lựu
- ½ chén hành đỏ xắt nhỏ
- 2 tép tỏi, băm nhỏ
- 1 thìa cà phê thì là xay
- 1 thìa cà phê ớt bột
- Muối và hạt tiêu cho vừa ăn
- 10-12 bánh ngô
- 1 lon (10 ounce) nước sốt enchilada
- 1 cốc phô mai Monterey jack cắt nhỏ
- Rau mùi tươi, xắt nhỏ

HƯỚNG DẪN:

a) Làm nóng lò ở nhiệt độ 375°F.

b) Trong một tô lớn, trộn cá hồi bào, ớt xanh thái hạt lựu, hành đỏ xắt nhỏ, tỏi băm, thì là, ớt bột, muối và tiêu cho vừa ăn.

c) Làm ấm bánh ngô trong lò vi sóng hoặc trên vỉ nướng cho đến khi chúng mềm và dẻo.

d) Rải một lượng nhỏ nước sốt enchilada vào đáy đĩa nướng 9x13 inch.

e) Đặt một thìa đầy hỗn hợp cá hồi lên từng chiếc bánh tortilla và cuộn chặt lại.

f) Đặt những chiếc bánh ngô đã cuộn lại theo đường may xuống khay nướng.

g) Đổ nước sốt enchilada còn lại lên trên enchiladas.

h) Rắc phô mai cắt nhỏ lên trên enchiladas.

i) Nướng trong lò làm nóng trước trong 20-25 phút hoặc cho đến khi phô mai tan chảy và sủi bọt.

j) Trang trí với rau mùi tươi và dùng nóng.

42.Enchiladas Bò Với Nước Sốt Nhà Làm

THÀNH PHẦN:

- 12 bánh ngô
- 2 chén phô mai cheddar cắt nhỏ
- 1 pound thịt bò xay
- ½ chén hành tây xắt nhỏ
- 2 tép tỏi, băm nhỏ
- 1 lon (14,5 ounce) cà chua thái hạt lựu
- 1 thìa ớt bột
- 1 thìa cà phê thì là
- 1 thìa cà phê ớt bột
- ½ muỗng cà phê lá oregano
- Muối và hạt tiêu cho vừa ăn

HƯỚNG DẪN:

a) Làm nóng lò ở nhiệt độ 375°F. Trong chảo lớn, nấu thịt bò xay và hành tây trên lửa vừa cho đến khi thịt bò chín vàng . Hút hết mỡ thừa. Thêm tỏi và nấu trong 1 phút.

b) Thêm cà chua thái hạt lựu, ớt bột, thì là, ớt bột, lá oregano, muối và tiêu cho vừa ăn.

c) Đun nhỏ lửa và nấu trong vòng 10 - 15 phút, thỉnh thoảng khuấy. Bánh tortilla ấm trong lò vi sóng trong 30 giây.

d) Đổ đầy mỗi chiếc bánh tortilla một ít phô mai và một thìa hỗn hợp thịt bò.

e) Cuộn chặt lại và đặt mặt đường may xuống đĩa nướng đã phết mỡ.

f) Đổ nước sốt enchilada tự chế lên trên enchiladas. Rắc phô mai còn lại.

g) Che bằng giấy bạc và nướng trong 20 phút. Lấy giấy bạc ra và nướng thêm 10-15 phút cho đến khi phô mai tan chảy và sủi bọt.

43.Enchiladas bò sốt xanh

THÀNH PHẦN:

- 12 bánh bột mì
- 2 cốc phô mai Monterey Jack cắt nhỏ
- 1 pound thịt bò xay
- 1 lon (10 ounce) nước sốt enchilada xanh
- 1 lon (4 ounce) ớt xanh thái hạt lựu, để ráo nước
- ½ thìa cà phê thì là
- Muối và hạt tiêu cho vừa ăn

HƯỚNG DẪN:

a) Làm nóng lò ở nhiệt độ 375°F.

b) Trong chảo lớn, nấu thịt bò xay trên lửa vừa cho đến khi thịt bò chín vàng và chín đều . Hút hết mỡ thừa.

c) Thêm ớt xanh thái hạt lựu, thì là, muối và hạt tiêu cho vừa ăn. Bánh tortilla ấm trong lò vi sóng trong 30 giây.

d) Đổ đầy mỗi chiếc bánh tortilla một ít phô mai và một thìa hỗn hợp thịt bò.

e) Cuộn chặt lại và đặt mặt đường may xuống đĩa nướng đã phết mỡ.

f) Đổ nước sốt enchilada xanh lên trên enchiladas. Rắc phô mai còn lại. Che bằng giấy bạc và nướng trong 20 phút.

g) Lấy giấy bạc ra và nướng thêm 10-15 phút cho đến khi phô mai tan chảy và sủi bọt.

44.Enchiladas thịt bò nấu chậm

THÀNH PHẦN:

- 12 bánh bột mì
- 2 chén phô mai cheddar cắt nhỏ
- 2 pound thịt bò nướng
- 1 lon (10 ounce) nước sốt enchilada
- 1 lon (4 ounce) ớt xanh thái hạt lựu, để ráo nước
- 1 thìa ớt bột
- ½ thìa cà phê thì là
- Muối và hạt tiêu cho vừa ăn

HƯỚNG DẪN:

a) Đặt thịt bò nướng vào nồi nấu chậm.

b) Thêm sốt enchilada, ớt xanh thái hạt lựu, ớt bột, thì là, muối và tiêu cho vừa ăn.

c) Đậy nắp và nấu ở mức thấp trong 8-10 giờ hoặc cho đến khi thịt bò mềm và dễ tách ra. Xé thịt bò bằng nĩa.

d) Làm nóng lò ở nhiệt độ 375°F. Bánh tortilla ấm trong lò vi sóng trong 30 giây.

e) Đổ đầy mỗi chiếc bánh tortilla một ít phô mai và một thìa thịt bò thái nhỏ. Cuộn chặt lại và đặt mặt đường may xuống đĩa nướng đã phết mỡ.

f) Đổ phần nước sốt còn lại từ nồi nấu chậm lên trên enchiladas. Rắc phô mai còn lại. Che bằng giấy bạc và nướng trong 20 phút.

g) Lấy giấy bạc ra và nướng thêm 10-15 phút cho đến khi phô mai tan chảy và sủi bọt.

GUACAMOLA

45.Guacamole tỏi

THÀNH PHẦN:

- 2 quả bơ, bỏ hạt
- 1 quả cà chua, bỏ hạt và thái nhỏ
- ½ muỗng canh nước cốt chanh tươi
- ½ củ hành vàng nhỏ, thái nhỏ
- 2 tép tỏi, ép
- ¼ thìa cà phê muối biển
- Một chút hạt tiêu
- Lá ngò tươi băm nhuyễn

HƯỚNG DẪN:

a) Dùng dụng cụ nghiền khoai tây, nghiền bơ vào một cái bát nhỏ.
b) Dùng ngay sau khi trộn các nguyên liệu bổ sung vào bơ nghiền.

46.Phô Mai Dê Guacamole

THÀNH PHẦN:

- 2 bơ
- 3 ounce của con dê phô mai
- sự hăng hái từ 2 chanh
- chanh vàng nước ép từ 2 chanh
- ¾ thìa cà phê tỏi bột
- ¾ thìa cà phê củ hành bột
- ½ thìa cà phê muối
- ¼ thìa cà phê màu đỏ hạt tiêu vảy (không bắt buộc)
- ¼ thìa cà phê hạt tiêu

HƯỚNG DẪN:

a) Thêm vào bơ ĐẾN Một đồ ăn bộ xử lý Và trộn cho đến khi trơn tru.

b) Thêm vào phần còn lại của thành phần Và trộn cho đến khi hợp nhất.

c) Phục vụ với khoai tây chiên.

47.Hummus Guacamole

THÀNH PHẦN:

- 1 mỗi chín trái bơ, bóc vỏ
- 2 cốc hummus bi sốt mè
- 1 mỗi Hành lá, băm nhỏ
- 1 bé nhỏ Cà chua, băm nhỏ
- 1 muỗng canh Màu xanh lá ớt, băm nhỏ
- Ôliu dầu
- Ngò, băm nhỏ
- banh my Pita

HƯỚNG DẪN:

a) Muỗng, xúc trái bơ vào trong Một trung bình cái bát. Ngâm & thêm vào hummus, trộn triệt để. Dịu dàng khuấy động TRONG các hành lá, cà chua & ớt.

b) Kiểm tra gia vị. Che phủ & làm lạnh.

c) Trước phục vụ, mưa phùn với Ôliu dầu & Trình bày với ngò.

d) Phục vụ với banh my Pita giày cao gót đế bằng.

48.Kimchi Guacamole

THÀNH PHẦN:

- 3 quả bơ chín, nghiền nhuyễn
- 1 chén kim chi, cắt nhỏ
- ¼ chén hành đỏ, thái hạt lựu
- 1 quả chanh, ép lấy nước
- Muối và hạt tiêu cho vừa ăn
- Bánh Tortilla để phục vụ

HƯỚNG DẪN:

a) Trong một cái bát, nghiền bơ.
b) Thêm kim chi cắt nhỏ, hành tím, nước cốt chanh , muối và tiêu. Trộn đều.
c) Ăn kèm kim chi guacamole với bánh tortilla.

49.Tảo Spirulina Guacamole nhúng

THÀNH PHẦN:

- 2 quả bơ, bỏ hạt
- Nước ép của 1 quả chanh
- Nước ép 1 quả chanh
- 1 tép tỏi, băm nhỏ
- 1 củ hành vàng vừa, xắt nhỏ
- 1 jalapeno, thái lát
- 1 chén lá ngò
- 3 muỗng canh tảo xoắn
- 1 quả cà chua bỏ hạt và cắt nhỏ hoặc ½ cốc cà chua nho, cắt đôi
- Muối và hạt tiêu cho vừa ăn

HƯỚNG DẪN:

a) Cho tất cả nguyên liệu, trừ cà chua, vào máy xay và trộn cho đến khi hòa quyện.

b) Cho cà chua vào và nêm nếm cho vừa ăn.

50.Guacamole chanh dừa

THÀNH PHẦN:

- 2 quả bơ chín
- Nước ép 1 quả chanh
- Vỏ của 1 quả chanh
- 2 muỗng canh rau mùi tươi xắt nhỏ
- 2 muỗng canh hành đỏ thái hạt lựu
- 2 muỗng canh dừa vụn
- Muối và hạt tiêu cho vừa ăn

HƯỚNG DẪN:

a) Trong một cái bát, dùng nĩa nghiền bơ chín cho đến khi thành kem.
b) Thêm nước cốt chanh , vỏ chanh, ngò cắt nhỏ, hành tím thái hạt lựu, dừa vụn, muối và tiêu.
c) Trộn đều để kết hợp tất cả các thành phần.
d) Nếm thử và điều chỉnh gia vị theo ý muốn.
e) Phục vụ món guacamole chanh dừa với bánh tortilla hoặc dùng nó làm lớp phủ thơm ngon cho bánh tacos, bánh mì sandwich hoặc salad.
f) Hãy thưởng thức hương vị kem và thơm của món guacamole nhiệt đới này!

51. Nori Guacamole

THÀNH PHẦN:

- 1 quả bơ, gọt vỏ, bỏ hạt và nghiền nhuyễn
- 1 củ hành, thái lát mỏng
- 1 muỗng canh nước cốt chanh tươi
- 1 muỗng canh rau mùi xắt nhỏ
- Muối Kosher và hạt tiêu mới xay
- 2 muỗng canh rong biển nướng vụn
- Bánh gạo lứt hoặc bánh quy giòn để phục vụ

HƯỚNG DẪN:

a) Kết hợp bơ, hành lá, nước cốt chanh và ngò vào tô.

b) Nêm với muối và hạt tiêu. Rắc rong biển rang lên và dùng kèm với bánh gạo.

52.Guacamole chanh dây

THÀNH PHẦN:

- 2 quả bơ chín, gọt vỏ và nghiền nhuyễn
- ¼ chén hành đỏ thái hạt lựu
- ¼ chén ngò tươi xắt nhỏ
- 1 hạt tiêu jalapeño, bỏ hạt và thái hạt lựu
- 2 thìa nước cốt chanh
- ¼ cốc cùi chanh dây
- Muối và hạt tiêu cho vừa ăn

HƯỚNG DẪN:

a) Trong một bát, trộn bơ nghiền, hành tím, ngò, ớt jalapeño, nước cốt chanh và cùi chanh dây.
b) Nêm với muối và hạt tiêu.
c) Làm lạnh trong tủ lạnh ít nhất 30 phút trước khi dùng.
d) Ăn kèm với bánh tortilla hoặc làm lớp phủ trên bánh tacos.

53.Moringa Guacamole

THÀNH PHẦN:

- 2-4 thìa cà phê bột chùm ngây
- 3 quả bơ chín
- 1 củ hành đỏ nhỏ, thái nhỏ
- Một nắm cà chua bi rửa sạch, thái nhỏ
- 3 nhánh rau mùi rửa sạch, thái nhỏ
- Dầu ô liu nguyên chất, để nhỏ giọt
- Nước ép 1 quả chanh
- Gia vị: muối, tiêu, lá oregano khô, ớt bột và hạt rau mùi nghiền

HƯỚNG DẪN:

a) Cắt đôi, đá và cắt nhỏ quả bơ. Để lại một ít bơ cắt nhỏ sang một bên.

b) Đổ các nguyên liệu còn lại vào tô lớn rồi dùng nĩa nghiền nhuyễn guacamole rồi khuấy đều.

c) Cho phần bơ còn lại vào và rắc một ít lá rau mùi lên trên.

54.Mojito Guacamole

THÀNH PHẦN:

- 3 quả bơ chín, nghiền nhuyễn
- ¼ chén hành đỏ, thái hạt lựu
- ¼ chén ngò tươi, xắt nhỏ
- 1 quả jalapeño, bỏ hạt và thái nhỏ
- 2 thìa nước cốt chanh tươi
- 1 thìa cà phê đường
- Muối và hạt tiêu cho vừa ăn
- Bánh Tortilla để phục vụ

HƯỚNG DẪN:

a) Trong một cái bát, trộn bơ nghiền, hành tím, ngò, ớt jalapeño và nước cốt chanh.
b) Khuấy đường, muối và hạt tiêu cho vừa ăn.
c) Ăn kèm với bánh tortilla và thưởng thức Mojito Guacamole của bạn!

55.Mimosa Guacamole

THÀNH PHẦN:

- 2 quả bơ chín, nghiền nhuyễn
- ¼ chén hành đỏ thái hạt lựu
- ¼ cốc cà chua thái hạt lựu
- ¼ chén ngò xắt nhỏ
- 1 jalapeno, bỏ hạt và thái nhỏ
- 2 thìa nước cốt chanh tươi
- 2 muỗng canh rượu sâm panh
- Muối và hạt tiêu cho vừa ăn

HƯỚNG DẪN:

a) Trong một bát vừa, kết hợp bơ nghiền, hành tây đỏ, cà chua, ngò và ớt jalapeno.
b) Khuấy nước cốt chanh tươi và rượu sâm panh.
c) Nêm muối và hạt tiêu cho vừa ăn.
d) Ăn kèm với bánh tortilla hoặc que chay để chấm.

56.Guacamole hướng dương

THÀNH PHẦN:

- 2 quả bơ
- Nước cốt ½ quả chanh
- ¼ thìa cà phê muối
- ⅔ chén măng hướng dương cắt nhỏ
- ¼ chén hành đỏ thái nhỏ
- ½ jalapeno, thái nhỏ

HƯỚNG DẪN:

a) Kết hợp tất cả các thành phần trong một cái bát và nghiền thành hỗn hợp sệt.

57.Guacamole thanh long

THÀNH PHẦN:

- 1 quả thanh long
- 2 quả bơ chín
- ¼ chén hành đỏ thái hạt lựu
- ¼ chén ngò xắt nhỏ
- 1 quả ớt jalapeno, bỏ hạt và băm nhỏ
- 2 thìa nước cốt chanh
- Muối và hạt tiêu cho vừa ăn
- Bánh Tortilla dùng để phục vụ

HƯỚNG DẪN:

a) Cắt đôi quả thanh long và nạo lấy phần thịt.
b) Trong một tô vừa, nghiền bơ bằng nĩa hoặc dụng cụ nghiền khoai tây.
c) Cho thanh long, hành tím, ngò, ớt jalapeno, nước cốt chanh , muối và tiêu vào.
d) Trộn đều và để guacamole trong ít nhất 10 phút để hương vị hòa quyện.
e) Ăn lạnh với bánh tortilla.

tamale

58.Cinco De Mayo Margarita Tamales

THÀNH PHẦN:

- 2 cốc masa harina
- 1 cốc hỗn hợp bơ thực vật (không cồn)
- 1/2 chén đường
- Vỏ và nước cốt của 2 quả chanh
- 1/4 chén bạc hà tươi xắt nhỏ
- Vỏ ngô để gói

HƯỚNG DẪN:

a) Trộn masa harina với hỗn hợp margarita và đường để tạo thành bột.

b) Cho vỏ chanh, nước cốt chanh và bạc hà cắt nhỏ vào.

c) Rải hỗn hợp lên vỏ ngô và gấp thành bánh tamales.

d) Hấp trong 1 giờ.

59.Tamales thịt lợn Mexico mới

THÀNH PHẦN:

ĐỐI VỚI VIỆC ĐIỀN:

- 1,5 pound Thịt thăn lợn hoặc loại thịt mềm khác, nạc cắt, bỏ mỡ
- 1 củ hành trắng vừa, xắt nhỏ
- 2 cốc nước
- 2 muỗng canh dầu hạt cải
- 2 tép tỏi, băm nhỏ
- 1 thìa bột mì
- ½ cốc ớt xay khô (Chimayo nếu có)
- ¾ muỗng cà phê muối
- ¼ thìa cà phê thì là
- ⅛ muỗng cà phê lá oregano
- 16 oz. pkg. vỏ ngô khô

ĐỐI VỚI MASA:

- 6 cốc Masa Harina
- 2 chén dầu
- 2 thìa muối
- 4½ cốc nước, hoặc nhiều hơn nếu cần

HƯỚNG DẪN:

ĐỐI VỚI VIỆC ĐIỀN:

a) Làm nóng lò ở nhiệt độ 350 độ.
b) Đặt thịt lợn và hành tây xắt nhỏ vào đĩa nướng vừa và phủ nước.
c) Nướng trong khoảng 1 tiếng rưỡi hoặc cho đến khi thịt dễ dàng tách ra.
d) Lấy thịt lợn ra khỏi nước dùng. Làm lạnh nước dùng.
e) Khi nguội, xé thịt bằng hai chiếc nĩa hoặc lưỡi bột của máy xay thực phẩm.
f) Lọc nước dùng sau khi chất béo đã đông đặc trên bề mặt. Nếu nước dùng không đo được 2 cốc, hãy thêm nước để tạo thành 2 cốc chất lỏng.
g) Trong chảo lớn, đun nóng dầu, cho tỏi băm và thịt lợn băm vào.
h) Rắc bột mì lên hỗn hợp và khuấy liên tục trong khoảng một phút khi bột bắt đầu chuyển sang màu nâu.
i) Thêm ớt xay , nước dùng và gia vị. Nấu trên lửa vừa thấp cho đến khi đặc lại và gần như khô, khuấy đều, khoảng 30 phút.

j) Loại bỏ khỏi nhiệt.

ĐỐI VỚI MASA:

k) Đong Masa Harina vào tô lớn.

l) Thêm nước trong khi khuấy.

m) Thêm dầu và muối và khuấy đều. Sử dụng thìa, máy trộn mạnh hoặc tay của bạn.

n) Khi trộn đều, bột sẽ có độ đặc như bột bánh quy ẩm. Nếu nó bắt đầu khô, hãy thêm nước. Che lại bằng một miếng vải ẩm nếu cần thiết.

CUỘC HỌP:

o) Chuẩn bị vỏ ngô bằng cách ngâm vào tô hoặc chảo nướng nước nóng trong 30 phút.

p) Tách vỏ trấu và rửa sạch dưới vòi nước ấm để rửa sạch sạn hoặc lụa màu nâu. Ngâm chúng trong nước ấm cho đến khi sẵn sàng sử dụng.

q) Trải masa lên mặt nhẵn của vỏ trấu bằng mặt sau của thìa cách mép bên khoảng ½", cách mép trên 1" và cách mép dưới 2".

r) Múc khoảng 2 thìa nhân đổ xuống giữa.

s) Lăn vỏ trấu lại để masa bao phủ phần nhân và tách ra khỏi vỏ trấu. Sau đó cuộn vỏ trấu lại và gấp phần dưới cùng lại.

t) Lặp lại cho đến khi hết masa và nhân.

u) Đặt bánh tamales được gói lỏng lẻo trong nồi hấp/máy chần/nồi mì spaghetti hoặc đặt phẳng theo hình chéo để hơi nước có thể thẩm thấu hiệu quả.

v) Đậy nắp nồi và hấp trong khoảng 1 giờ đến 1-¼ giờ hoặc cho đến khi masa cứng lại và dễ dàng tách ra khỏi vỏ trấu.

w) Phục vụ món tamales ấm áp. Hãy để mỗi người loại bỏ vỏ trấu của riêng mình. Chúng có thể được phủ sốt ớt xanh , ớt con carne hoặc phô mai và hành tây nếu muốn. Thưởng thức món Tamales thịt lợn Mexico mới của bạn!

60.Tamales thịt lợn Chile đỏ

THÀNH PHẦN:

BỘT NHỒI:

- 2/3 chén mỡ lợn tươi, ướp lạnh
- 1 thìa cà phê bột nở
- 1 thìa cà phê muối
- 2 cốc masa tươi xay thô hoặc 1 3/4 cốc masa harina trộn với 1 cốc cộng với 2 thìa canh nước nóng (làm nguội đến nhiệt độ phòng)
- 2/3 chén nước dùng gà, thịt bò hoặc rau
- Vỏ bánh:
- 4 ounce vỏ ngô khô

ĐỔ ĐẦY:

- 6 quả ớt New Mexico khô lớn
- 2 tép tỏi, thái nhỏ
- 1/4 thìa cà phê tiêu đen mới xay
- 1/8 thìa cà phê thì là xay
- 12 ounce thịt nạc vai không xương, cắt thành khối 1/2"
- 1 thìa cà phê muối

HƯỚNG DẪN:

LÀM BÁNH:

a) Trong tô của máy trộn điện có gắn phụ kiện mái chèo, trộn mỡ lợn, bột nở và muối. Đánh bại cho đến khi ánh sáng và mịn.

b) Thêm 1 cốc masa và 1/3 cốc nước dùng; đánh cho đến khi kết hợp kỹ lưỡng.

c) Thêm masa còn lại và 1/3 cốc nước dùng; đánh cho đến khi nhẹ và mịn, khoảng 2 phút.

d) Làm lạnh bột trong ít nhất 1 giờ.

LÀM CÁC BÓNG:

e) Hoàn nguyên vỏ ngô bằng cách cho vào nồi sâu lòng và đổ nước vào.

f) Đặt chảo lên lửa cao và đun sôi. Chuyển vỏ trấu và nước vào tô chịu nhiệt . Đặt một chiếc đĩa nhỏ lên trên vỏ trấu, giữ cho chúng ngập trong nước. Ngâm trong 1 giờ. Loại bỏ khỏi nước.

LÀM NHÂN:

g) Ớt bỏ cuống, hạt và xé thành 4 miếng.

h) Trong máy xay sinh tố, kết hợp ớt , tỏi, hạt tiêu và thì là. Thêm 1 1/2 cốc nước và trộn cho đến khi tạo thành hỗn hợp nhuyễn mịn. Lọc hỗn hợp vào một cái chảo vừa.
i) Thêm thịt lợn, 1 3/4 cốc nước và muối. Nấu trên lửa vừa cho đến khi chất lỏng giảm xuống thành nước sốt đặc và thịt rất mềm (50 đến 60 phút). Dùng nĩa bẻ thịt.

LẮP RÁP TAMALES:

j) Cho bột tamale trở lại máy trộn. Trộn trong vài giây để làm nhẹ bột.
k) Thêm 3 thìa nước sốt vào và trộn đều. Điều chỉnh độ đặc bằng một vài thìa nước luộc gà.

CHUẨN BỊ Vỏ Bắp:

l) Trải một vỏ ngô lớn đã hoàn nguyên và xé dọc theo hạt để tạo thành các dải rộng 1/4 inch (hai dải cho mỗi tamale).
m) Đặt một mảnh dài khác lên bề mặt làm việc, đầu nhọn cách xa bạn.
n) Múc 1/4 cốc bột vào giữa một đầu vỏ trấu. Trải thành hình vuông 4 inch, để lại đường viền ở hai bên.
o) Múc 2 thìa nhân vào giữa.
p) Gập các cạnh dài lại với nhau để tạo thành hình trụ, đảm bảo bột bao bọc phần nhân.
q) Gấp đầu nhọn xuống dưới và buộc lỏng bằng dải trấu. Gấp đầu phẳng bên dưới và buộc lại.

Hấp Tamales:

r) Đặt nồi hấp ở nhiệt độ cao. Khi hơi nước bốc ra thì giảm lửa ở mức trung bình.
s) Hấp trong 1 giờ 15 phút, thêm nước khi cần thiết.
t) Mở gói tamale. Nếu bột bong ra khỏi màng bọc và có cảm giác mềm thì bột đã sẵn sàng. Nếu dính, hãy bọc lại và hấp thêm 15 đến 20 phút.
u) Tắt bếp và để yên trong 15 phút cho bột cứng lại.
v) Ăn kèm với Salsa Tomatillo-Chipotle nướng.
w) Hãy thưởng thức món Tamales thịt lợn Chile đỏ của bạn!

61.Tamales thịt băm nhỏ

THÀNH PHẦN:

- 32 Vỏ Bắp

MASA:

- 1 cốc mỡ lợn
- 1 thìa cà phê ớt bột

ĐỔ ĐẦY:

- 1 củ hành vừa, xắt nhỏ
- 1 tép tỏi, nghiền nát
- 1/2 thìa cà phê thì là, xay
- 1/2 thìa cà phê ớt bột
- 1/2 thìa muối
- 1/2 muỗng canh mỡ lợn
- 1 thìa cà phê ớt bột
- 1 thìa cà phê muối
- 8 cốc Masa
- 3 cốc nước ấm
- 1/4 muỗng cà phê Tiêu đen
- 3 muỗng canh nho khô, thái nhỏ
- 2 muỗng canh dầu
- 1 pound Thịt, thái nhỏ
- 1/4 cốc nước

NƯỚC NẤU ĂN:

- 1 lít nước

HƯỚNG DẪN:

TUYỆT VỜI:

a) Ngâm vỏ ngô trong nước ấm khoảng 2 giờ hoặc qua đêm trước khi sử dụng.

ĐỔ ĐẦY:

b) Chiên hành, tỏi, thì là, ớt bột, muối, tiêu và nho khô (nếu muốn) trong dầu nóng.

c) Thêm thịt vụn và nước; đun nhỏ lửa cho đến khi chất lỏng được hấp thụ.

MASA:

d) Cho mỡ lợn, bột ớt và muối vào masa; dùng tay nhào cho đến khi mịn. (Ngoài ra, hãy sử dụng máy làm bánh mì ở chế độ "thủ công".)

e) Lắp ráp Tamales:
f) Dùng mặt sau của thìa phết một lớp masa mỏng và đều lên mặt trong của vỏ ngô, phủ một nửa chiều dài của vỏ ngô.
g) Phết mỏng 1 thìa hỗn hợp nhân lên phần vỏ được phủ masa.
h) Chồng một bên của vỏ lên bên kia, gấp bên dưới phần vỏ không chứa masa.
i) Xếp chồng và hấp:
j) Xếp bánh tamales kiểu kim tự tháp lên giá hấp nông dưới đáy nồi lớn.
k) Thêm mỡ lợn và bột ớt vào nước rồi rưới lên bánh tamales.
l) Đậy thêm lớp vỏ ngoài và hấp trong 4-5 giờ.
m) Gợi ý: Khi masa hoàn thành , nó sẽ bong ra khỏi vỏ khi mở ra.

62.Tamales thịt heo xé nhỏ

THÀNH PHẦN:

- 18 Vỏ Bắp Khô
- 1 củ hành tây nhỏ, xắt nhỏ (1/4 cốc)
- 2 muỗng canh dầu thực vật
- 1/4 chén nước sốt đỏ cơ bản
- Thịt lợn nghiền
- 2 thìa nho khô
- 2 muỗng canh nụ bạch hoa
- 2 muỗng canh rau mùi tươi cắt nhỏ
- 18 quả ô liu bỏ hạt

THỊT LỢN NGHIỀN:

- 1 pound thịt vai lợn không xương
- 1 quả cà chua, xắt nhỏ
- 1 củ hành tây nhỏ, cắt thành 1/4
- 1 củ cà rốt, cắt thành miếng 1"
- 1 cọng cần tây, cắt thành miếng 1"
- 1 thìa bột ớt
- 1 thìa cà phê muối
- 1/4 muỗng cà phê hạt thì là
- 1/4 muỗng cà phê lá oregano khô
- 1/4 thìa cà phê Tiêu
- 1 tép tỏi
- 1 lá nguyệt quế
- 1 cốc mỡ lợn hoặc mỡ lợn
- 2 cốc Masa Harina
- 3 thìa cà phê bột nở
- 2 chén nước luộc thịt lợn (dành riêng cho việc nấu thịt lợn)

HƯỚNG DẪN:

THỊT LỢN NGHIỀN:

a) Đặt tất cả nguyên liệu làm thịt lợn vào nồi 3 qt.
b) Thêm đủ nước để che phủ.
c) Đun cho đến khi sôi; giảm nhiệt.
d) Đậy nắp và đun nhỏ lửa cho đến khi thịt lợn mềm, khoảng 1 tiếng rưỡi.
e) Để ráo nước, dự trữ nước dùng cho bột tamale.

BỘT TAMALE:

f) Đánh tất cả các nguyên liệu bột trong một tô trộn lớn ở tốc độ thấp, cạo liên tục cho đến khi hỗn hợp tạo thành một hỗn hợp sệt mịn.

g) Đánh ở tốc độ trung bình cho đến khi nhẹ và mịn, khoảng 10 phút.

CHUẨN BỊ TAMales:

h) Đổ vỏ ngô vào nước ấm và để yên cho đến khi dẻo, ít nhất 2 giờ.

i) Nấu và xào hành tây trong dầu trong chảo 3 qt cho đến khi mềm.

j) Khuấy nước sốt đỏ, thịt lợn cắt nhỏ và các nguyên liệu còn lại trừ bột nhào và ô liu.

k) Đun nóng đến sôi; giảm nhiệt.

l) Đậy nắp và để nguội trong 15 phút.

m) Xả vỏ ngô ; Lau khô với khăn giấy.

n) Trải 1/4 cốc bột lên giữa mỗi vỏ trấu từ mép này đến cách mép kia 1/2 inch.

o) Múc 2 thìa hỗn hợp thịt lợn vào giữa bột và phủ một lớp ô liu lên trên.

p) Cuộn vỏ trấu quanh phần nhân, bắt đầu từ mép bột.

q) Gấp cả hai đầu hướng lên về phía giữa và cố định bằng dây nếu cần.

r) Đặt bánh tamales lên giá trong lò nướng hoặc nồi hấp kiểu Hà Lan.

s) Đổ nước sôi vào lò Hà Lan vừa đến mức giá.

t) Đậy nắp lò Hà Lan và đun sôi nước ở lửa nhỏ trong 1 giờ.

63.Tamales thời gian

THÀNH PHẦN:

- Một túi vỏ ngô 6 ounce

BỘT MA IZE

- 2 chén bột ngô
- 1 thìa cà phê muối biển
- ½ cốc bơ tan chảy

ĐỔ ĐẦY

- 6 quả ớt xanh nguyên quả
- 1 pound ức gà không xương, không da hoặc 1 pound bí đỏ thái hạt lựu
- 1 thìa cà phê thì là
- 1 thìa cà phê ớt bột
- Muối
- Hạt tiêu
- 1 muỗng canh dầu thực vật
- ¼ chén hành vàng thái nhỏ
- 1 thìa cà phê bơ
- 1 muỗng canh nước luộc gà hoặc
- ½ chén phô mai Cheddar cắt nhỏ
- 1 muỗng canh rau mùi xắt nhỏ
- 1 muỗng canh hành lá xắt nhỏ
- Salsa và kem chua, để phục vụ

HƯỚNG DẪN:

a) Hãy bù nước cho vỏ ngô bằng cách ngâm chúng trong nước qua đêm. Rửa sạch vỏ trấu trước khi sử dụng.
b) Để làm bột , trộn bột ngô với muối trong tô trộn lớn.
c) Từ từ thêm bơ tan chảy vào, trộn đều vào bột .
d) Tiếp theo, nướng ớt trên vỉ nướng hoặc nướng trong lò cho đến khi vỏ ớt cháy thành than. Để nguội rồi loại bỏ lớp vỏ cháy đen và tất cả hạt trước khi thái hạt lựu.
e) Ướp ức gà với thì là, ớt bột, muối và tiêu cho vừa ăn. Trong chảo rán, làm ấm dầu trên lửa cao và xào gà trong 3 phút rưỡi mỗi mặt cho đến khi có màu vàng nâu.
f) Thêm hành tây vàng và bơ vào nấu trong 1 phút, sau đó cho nước luộc gà vào và tắt bếp.

g) Khi gà nguội, cắt thành từng miếng nhỏ.
h) Trộn thịt gà cắt miếng với ớt và phô mai. Nêm thêm muối và tiêu nếu muốn, sau đó cho ngò và hành lá vào, trộn đều. Việc đổ đầy của bạn đã hoàn tất!
i) Để làm bánh tamale, hãy tạo một viên bột có kích thước bằng quả mận ở giữa lòng bàn tay.
j) Đặt nó vào giữa vỏ ngô và dùng mặt sau của thìa để dàn đều thành một lớp mỏng. Đặt một thìa đầy nhân lên trên mặt bột và chuẩn bị xoắn một cái lên!
k) Lấy một vỏ ngô khác và xé thành dải. Bạn sẽ dùng những mảnh này để buộc các đầu của tamale.
l) Cuộn vỏ ngô với nhân và kẹp hai đầu lại với nhau, buộc nhân vào giữa bánh tamale, sau đó gấp phần vỏ trấu thừa vào và cố định bằng các dải trấu hoặc dây đơn giản để vỏ trấu vẫn được gấp lại khi hấp.
m) Tại thời điểm này, bạn có thể đông lạnh một số bánh tamales và để dành cho ngày khác hoặc bạn có thể hấp tất cả ngay bây giờ.
n) Tamales theo truyền thống được hấp trong một chiếc giỏ đặc biệt, nhưng bạn cũng có thể sử dụng nồi hấp rau. Gói bánh tamales của bạn vào nồi hấp và đặt nồi hấp lên trên nước sôi trong nồi lớn.
o) Vặn lửa nhỏ lại và đậy nắp nồi.
p) Nấu từ 1 đến 1 tiếng rưỡi, thỉnh thoảng kiểm tra mực nước và thêm nước nếu cần.
q) Lấy một miếng tamale ra và kiểm tra độ cứng của bột . Nó phải xốp và hơi nhờn nhưng chắc.
r) Phục vụ món tamales ấm của bạn, kèm theo salsa và kem chua nếu muốn.

64.Tamales với thịt gà và Salsa Verde

THÀNH PHẦN:

ĐỐI VỚI NGƯỜI TAMALES:

- ½ (8 ounce) gói vỏ ngô khô
- 4 ounce (1/2 cốc) mỡ lợn
- 1 pound (2 cốc) masa tươi
- ⅔ chén nước dùng gia cầm
- 1 thìa cà phê bột nở
- ½ muỗng cà phê muối

ĐỐI VỚI SALSA VERDE:

- 1 pound cà chua
- 3 quả ớt serrano
- Muối
- 1 muỗng canh mỡ lợn
- 6 nhánh rau mùi tươi, xắt nhỏ
- 1 củ hành tây nhỏ, xắt nhỏ
- 1 tép tỏi lớn, xắt nhỏ
- 3 quả cà chua, xắt nhỏ
- ¼ chén rau mùi, xắt nhỏ
- 1⅓ chén thịt gà xé nhỏ

HƯỚNG DẪN:

CHUẨN BỊ VỎ NGÔ:

a) Đun nhỏ vỏ trấu trong nước khoảng 10 phút, dùng đĩa cân vỏ trấu để giữ cho vỏ ngập trong nước. Hãy để chúng đứng cho đến khi trấu mềm dẻo.

LÀM BỘT:

b) Đánh mỡ lợn trong máy trộn cho đến khi rất nhẹ, trong khoảng một phút.

c) Thêm ½ pound (1 cốc) masa tươi vào mỡ lợn. Đánh cho đến khi trộn đều.

d) Tiếp tục đánh, lần lượt thêm ½ pound masa còn lại và nước dùng gia cầm, chỉ thêm đủ nước dùng để tạo độ đặc của bột bánh dày vừa phải.

e) Rắc bột nở và muối vào. Đánh thêm 1 phút nữa.

LÀM SALSA VERDE:

f) Trấu và rửa cà chua. Đun sôi cà chua và 3 quả ớt serrano với một ít muối trong nồi nước cho đến khi mềm, khoảng 10 đến 15 phút.

g) Xả chúng và cho vào tô của máy xay thực phẩm. Thêm rau mùi, hành tây và tỏi. Xử lý cho đến khi mịn.

h) Đun nóng 1 muỗng canh mỡ lợn trong chảo cỡ vừa trên lửa vừa cao. Khi mỡ lợn đủ nóng để tạo ra một giọt cà chua xay nhuyễn kêu xèo xèo, hãy đổ tất cả vào cùng một lúc.

i) Khuấy nước sốt liên tục trong 45 phút cho đến khi nước sốt trở nên sẫm màu và đặc hơn, đủ đặc để phủ lên một chiếc thìa. Thêm cà chua xắt nhỏ và ngò. Mùa muối.

TRỘN VÀ TẠO THÀNH MÓN TAMALES:

j) Trộn thịt gà xé với ½ chén sốt cà chua nấu chín.

k) Loại bỏ vỏ trấu khỏi nước khi chúng đã mềm. Vỗ nhẹ cho vỏ trấu khô. Xé vỏ trấu thừa thành các dải rộng ¼ inch, dài 7 inch, mỗi dải cho mỗi tamale.

l) Lấy một cái có chiều ngang ít nhất 6 inch ở đầu rộng hơn và dài 6-7 inch. Đặt vỏ ngô này với đầu nhọn về phía bạn.

m) Trải một vài thìa hỗn hợp bột thành hình vuông, chừa lại ít nhất một đường viền 1 1/2 inch ở cạnh về phía bạn và đường viền ¾ inch dọc theo các cạnh khác.

n) Nhặt hai cạnh dài của vỏ ngô và ghép chúng lại với nhau, chồng lên nhau. Gấp phần dưới cùng của vỏ trấu thật chặt lên đến vạch rót. Để phần trên mở. Cố định nó vào đúng vị trí bằng cách buộc lỏng một dải vỏ trấu xung quanh tamale. Lặp lại với hỗn hợp vỏ trấu và bột còn lại.

o) Đặt bánh tamales trên đáy gấp trong nồi hấp đã chuẩn bị sẵn, đảm bảo chúng không bị đóng gói quá chặt vì chúng cần nở ra. Phủ một lớp vỏ trấu còn sót lại. Đậy nắp và hấp trong 1 giờ.

p) Kiểm tra cẩn thận để đảm bảo nước không sôi hết, thêm nước sôi khi cần thiết.

q) Ăn kèm với salsa bổ sung ở bên cạnh.

65.Tamales gà với ớt chuông và sốt húng quế

THÀNH PHẦN:

TIÊU CHUÔNG ĐỎ NANG & SỐT Húng Quế:

- 4 quả ớt chuông đỏ, rang, gọt vỏ, bỏ hạt và thái hạt lựu
- 2 tép tỏi, băm nhỏ
- 1 muỗng canh húng quế tươi cắt nhỏ
- 1 quả ớt Chipotle , có cuống
- 2 muỗng canh sốt cayenne của Durkee
- 1/2 thìa cà phê thì là xay
- Muối để nếm

BỘT TAMALE:

- 1 1/2 chén Masa harina
- 1/2 thìa cà phê Đường
- 1/2 thìa cà phê muối
- 1 muỗng cà phê bơ tan chảy
- 1 tép tỏi, băm nhỏ
- 3/4 cốc nước
- 1 thìa cà phê Dầu thực vật

ĐỔ ĐẦY:

- 1/2 pound gà hun khói không xương, thái hạt lựu
- 2 tép tỏi, băm nhỏ
- quả ớt Mexico mới , rang, gọt vỏ, bỏ cuống, bỏ hạt và cắt nhỏ
- 1/4 cốc phô mai Monterey Jack bào
- 1/4 cốc phô mai Cheddar bào
- 1 thìa cà phê thì là xay
- 1/2 muỗng cà phê rau mùi xay
- 1/2 thìa cà phê bột ớt
- Muối và hạt tiêu cho vừa ăn
- 8 vỏ ngô lớn

HƯỚNG DẪN:

TIÊU CHUÔNG ĐỎ NANG & SỐT Húng Quế:

a) Trong máy xay sinh tố hoặc máy chế biến thực phẩm, kết hợp ớt chuông đỏ rang, tỏi, húng quế, ớt chipotle , sốt cayenne, thì là xay và muối.

b) Xay đến khi mịn. Đặt sang một bên hoặc làm lạnh cho đến khi sẵn sàng phục vụ.

BỘT TAMALE:

c) Trong một tô trộn, trộn masa harina , đường, muối, bơ tan chảy, tỏi băm nhỏ và nước.

d) Khuấy cho đến khi tạo thành một khối bột mềm. Che bằng bọc nhựa và đặt sang một bên.

ĐỔ ĐẦY:

e) Đun nóng dầu thực vật trong chảo xào lớn trên lửa cao.

f) Thêm thịt gà hun khói thái hạt lựu và nấu cho đến khi gần chín (khoảng 4 phút).

g) Thêm tỏi băm nhỏ và ớt New Mexico nướng . Quăng để kết hợp.

h) Hủy bỏ nhiệt và để nguội. Thêm phô mai Monterey Jack và Cheddar bào, thì là xay, rau mùi xay, bột ớt , muối và tiêu. Trộn đều.

CUỘC HỌP:

i) Vỏ ngô ngâm trong nước ấm khoảng 10 phút cho mềm.

j) Xé 2 vỏ trấu thành 12 dải và đặt sang một bên.

k) Đặt 6 vỏ trấu lên bề mặt làm việc và phân bổ đều bột tamale vào giữa chúng.

l) Tạo khối bột thành hình chữ nhật, chừa đường viền 1/2 inch dọc theo các cạnh.

m) Múc nhân gà vào giữa miếng bột.

n) Lăn vỏ trấu theo chiều dọc trên phần nhân để tạo thành hình ống, bao bọc phần nhân trong bột.

o) Bọc hoàn toàn bột trong vỏ trấu và buộc cả hai đầu bằng các dải rách.

p) Đặt tamales vào nồi hấp, đậy kín và hấp trong 15 đến 20 phút.

q) Ăn ngay với sốt ớt chuông đỏ nướng và húng quế bên cạnh.

66.Tamales ngô xay nhuyễn theo gia vị của Chile

THÀNH PHẦN:

- 3½ chén hạt ngô (tươi hoặc đóng hộp)
- ½ cốc sữa
- 1 thìa cà phê muối
- Hạt tiêu vừa mới nghiền
- 1 thìa cà phê Aji bột ớt , hoặc thay thế New Mexico
- 2 muỗng canh bơ thực vật
- 1 củ hành tây, xắt nhỏ
- ½ chén bí mùa hè, thái nhỏ
- 1 muỗng canh ớt chuông đỏ, xắt nhỏ
- 1 muỗng canh rau mùi tươi, xắt nhỏ
- ¼ cốc phô mai Parmesan, bào nhỏ
- Lá chuối (6 x 6 inch) hoặc vỏ ngô

HƯỚNG DẪN:

a) Nghiền hạt ngô với sữa trong máy xay thực phẩm. Thêm muối, hạt tiêu và bột ớt vào rồi trộn đều.

b) Trong một chảo lớn, đun nóng bơ thực vật rồi xào hành tây, bí, ớt chuông đỏ và ngò trong 10 phút.

c) Thêm ngô xay nhuyễn vào nấu, khuấy liên tục cho đến khi đặc lại, khoảng 5 phút.

d) Thêm phô mai bào vào, trộn đều và tắt bếp.

e) Chần lá chuối hoặc vỏ ngô trong nước sôi rồi để ráo nước.

f) Lần lượt loại bỏ từng vỏ trấu và phết khoảng 4 thìa hỗn hợp ngô vào giữa mỗi vỏ trấu.

g) Gấp vỏ trấu xung quanh hỗn hợp ngô để tạo thành một gói hình vuông và buộc chặt bằng dây bếp. Đảm bảo rằng tất cả các cạnh đều được bịt kín để không bột nào có thể thoát ra khỏi vỏ trấu.

h) Khi tất cả vỏ trấu đã đầy , cho chúng vào một nồi nước muối lớn để đậy nắp và đun trên lửa nhỏ, đậy nắp trong khoảng 1 giờ.

i) Phục vụ bánh tamales còn nguyên vỏ khi còn ấm. Chúng cũng có thể được hấp .

67.Succotash tamales

THÀNH PHẦN:

- 200 gram couscous ăn liền, để ráo nước và nấu chín trước
- 100 gram đậu bơ đóng hộp, để ráo nước
- 100 gram hạt ngô ngọt đóng hộp
- 100 gram Đậu Hà Lan tươi đã bóc vỏ
- 1 quả ớt đỏ ngọt nhỏ
- 4 củ hành lá
- 1 núm bơ lớn
- 4 Tamales (vỏ ngô khô)
- Một nắm lá rau mùi
- Muối và hạt tiêu cho vừa ăn

HƯỚNG DẪN:

a) Cắt nhỏ hành lá và ớt đỏ.
b) Nhẹ nhàng xào hành lá xắt nhỏ và ớt đỏ với một ít bơ. Nêm với muối và hạt tiêu.
c) Thêm đậu bơ, hạt ngô và đậu Hà Lan. Xào nhẹ nhàng trong 2 phút.
d) Thêm couscous đã nấu chín và đun nóng nhẹ.
e) Cuối cùng đảo qua lá rau mùi.
f) Đổ hỗn hợp succotash vào từng miếng tamale đã buộc bằng nhau.
g) Ăn kèm với thịt gà cay, bít tết hoặc trứng chiên Cajun.
h) Hãy tận hưởng Succotash Tamales của bạn!

68.Tamales đậu ngọt

THÀNH PHẦN:

BỘT MASA:

- 2/3 chén mỡ lợn
- 2 thìa đường
- 1½ muỗng cà phê muối
- 1,5 pound Masa tươi làm bánh tamales
- 1 ly nước

ĐẬU NGỌT NGỌT:

- 1 lít đậu Pinto, nấu chín và để ráo nước
- 1/4 chén mỡ lợn
- panocha nghiền (đường nâu Mexico) hoặc đường đen
- 1 muỗng cà phê quế xay
- 1 thìa cà phê đinh hương xay
- 2 cốc nho khô, ngâm trong nước nóng trong 1/2 giờ

Vỏ ngô:

- Vỏ ngô ngâm nước nóng khoảng 10 phút cho dẻo rồi rửa sạch, để ráo nước

HƯỚNG DẪN:

BỘT MASA:

a) Đánh mỡ lợn, đường và muối trong máy trộn điện cho đến khi mịn.
b) Dần dần thêm masa, xen kẽ với nước.
c) Đánh cho đến khi mịn. Kiểm tra bằng cách đặt một mẫu nhỏ hỗn hợp vào cốc nước. Nếu mẫu nổi lên thì masa đã sẵn sàng.

ĐẬU NGỌT NGỌT:

d) Nghiền đậu đã ráo nước.
e) Đun nóng mỡ lợn trong chảo.
f) Thêm đậu, panocha , quế, đinh hương và nho khô để ráo nước.
g) Đun nhỏ lửa trong 15 phút, khuấy thường xuyên để đậu không bị cháy.
h) Làm mát trước khi sử dụng.

LẮP RÁP TAMALE:

i) Đối với bánh tamales nhỏ, đặt 1 thìa masa lên đầu rộng của vỏ trấu và phết sang mỗi bên.
j) Đặt 1 muỗng canh hỗn hợp đậu vào giữa.

k) Gấp các cạnh của vỏ trấu để che phần nhân, các mép chồng lên nhau.
l) Gấp đầu nhọn về phía tamale và kẹp các đầu hở lại với nhau.

HẤP TAMALE:

m) Đặt một miếng giấy bạc cỡ cốc vào ấm lớn và thêm 2 cốc nước.
n) Xếp bánh tamales theo hình kim tự tháp, mở đầu ra, đầu gấp lại áp vào giấy bạc để giữ kín.
o) Hấp, đậy nắp, trong 40 phút.

69.Tamales gạo đen ngọt với Ha Gow

THÀNH PHẦN:

ĐỐI VỚI GẠO MASA:

- 3 chén gạo đen ngọt kiểu Thái
- 2 thìa cà phê bột nở
- 8 ounce bơ không muối

ĐỐI VỚI HA GOW FULLING:

- 27 ounce Ha gofill

ĐỐI VỚI HỘI:

- 18 Vỏ ngô đã làm ẩm
- Nấm đông cô khô ngâm nước, băm nhỏ
- ½ pound Tôm thái hạt lựu
- ½ thìa muối
- 1½ thìa cà phê Đường
- 1 lòng trắng trứng, đánh bông
- 1½ thìa cà phê Gừng tươi bào sợi
- 1 muỗng canh rượu trắng khô
- 2 muỗng canh bột bắp
- 2 thìa cà phê dầu hào
- 1 muỗng cà phê nước tương
- 1½ muỗng cà phê Dầu mè
- 1½ muỗng cà phê Dầu đậu phộng
- ¼ cốc củ đậu thái nhỏ
- ¼ cốc cà rốt thái hạt lựu
- 1 bó hành lá cắt nhỏ
- 1 nhúm tiêu trắng
- ¾ chén đậu đen lên men
- ¼ chén tỏi băm nhỏ

ĐỐI VỚI SỐT ĐẬU ĐEN Tứ Xuyên:

- 6 con trai đen còn nguyên vỏ
- 2 thìa dầu đậu phộng
- 2 thìa bơ không muối, cộng thêm 2 ounce để hoàn thành món ăn
- 1 chén rượu mận
- 1 cốc Mirin
- 3 cốc nước luộc gà
- 2 muỗng canh miso đỏ
- 1 muỗng canh nước sốt Hoisin

- 2 thìa tỏi
- 2 thìa gừng
- 1 muỗng canh hành lá
- ½ muỗng cà phê ớt đỏ nghiền

ĐỐI VỚI CHINOIS MIX:

- 1 chén đậu đen
- ¼ chén tỏi
- ¼ cốc chinois cắt nhỏ

HƯỚNG DẪN:

ĐỐI VỚI GẠO MASA:

a) Xay gạo trong máy xay cà phê càng mịn càng tốt.

b) Ngâm trong nước ấm trong 1 giờ. Xả qua vải mỏng và chuyển vào máy chế biến thực phẩm có gắn cánh khuấy.

c) Thêm bột nở và bơ vào, trộn cho đến khi các nguyên liệu hòa quyện và có kết cấu giống masa.

ĐỐI VỚI HA GOW FULLING:

d) Ngâm nấm trong nước nóng trong 30 phút. Loại bỏ cuống và mũ băm.

e) Cho tôm vào máy xay thực phẩm với muối, đường, lòng trắng trứng, gừng, rượu, bột ngô, dầu hào, nước tương, dầu mè và dầu đậu phộng. Trộn kỹ sau mỗi lần thêm.

f) Thêm nấm, jicama, cà rốt, hành lá xắt nhỏ và hạt tiêu trắng. Trộn đều.

ĐỐI VỚI HỘI:

g) Đối với mỗi tamale, đặt hai vỏ ngô đã làm ẩm lên bề mặt làm việc, tạo thành hình chữ nhật.

h) Đặt 2 ounce gạo masa, sau đó là 3 ounce nhân ha gow , và cuối cùng, thêm 2 ounce gạo masa lên trên.

i) Bọc và cho vào nồi hấp. Hấp khoảng 50-60 phút cho đến khi cơm chín.

ĐỐI VỚI SỐT ĐẬU ĐEN Tứ Xuyên:

j) Sơ chế đậu đen, tỏi và chinois một cách thô sơ.

k) Xào trai còn nguyên vỏ với một ít dầu đậu phộng và bơ.

l) Thêm rượu mận, mirin và giảm bớt. Sau đó thêm nước luộc gà, miso, tương đen và giảm bớt.

m) Loại bỏ trai và xay nhuyễn hỗn hợp.
n) Để hoàn thành nước sốt, cho 2 ounce bơ vào.
o) Đối với hỗn hợp Chinois:
p) Trộn tất cả các thành phần.

70.Tamale ngô xanh soong

THÀNH PHẦN:

- 1 (4 oz.) lon ớt xanh nguyên quả
- 3 chén ngô tươi hoặc ngô đông lạnh
- ⅓ chén bột ngô vàng
- 2 muỗng canh bơ tan chảy
- 2 thìa cà phê đường
- 1 thìa cà phê muối
- 1 cốc phô mai bào

HƯỚNG DẪN:

a) Làm nóng lò ở nhiệt độ 350 độ. Bơ một món nướng.

b) Cắt ớt xanh thành dải rộng.

c) Trong máy xay, trộn ngô tươi hoặc đông lạnh, bột ngô vàng, bơ tan chảy, đường và muối cho đến khi trộn đều.

d) Xếp một nửa hỗn hợp bột ngô xuống đáy đĩa nướng bơ, tiếp theo là các dải ớt xanh và phô mai bào. Lặp lại các lớp, hoàn thiện với hỗn hợp bột ngô còn lại ở trên. Rắc thêm phô mai lên trên cùng.

e) Đậy đĩa bằng giấy bạc và nướng trong 1 giờ ở 350 độ.

71.Bắp cải Tamales

THÀNH PHẦN:

- 1 bắp cải đầu to
- 4 pound thịt lợn cốt lết hoặc thịt thăn, chưa nấu chín
- ½ pound gạo phút, nấu chín
- 1 pound thịt xông khói, chưa nấu chín
- 1 lon nước ép cà chua lớn
- 1 củ hành vừa, xắt nhỏ
- Muối và hạt tiêu cho vừa ăn
- Ớt đỏ (bột)

HƯỚNG DẪN:

a) Nấu cơm theo hướng dẫn trên bao bì.

b) Cắt phần lõi của bắp cải càng xa càng tốt. Ngâm toàn bộ phần đầu bắp cải vào nước muối nóng cho đến khi lá bên ngoài mềm. Lấy ra khỏi nước và đặt lên đĩa, loại bỏ lá khi chúng mềm. Cho bắp cải vào nước sôi từ từ cho đến khi loại bỏ hết lá .

c) Cắt thịt lợn thành hình vuông khoảng ½ inch.

d) Lót thịt xông khói chưa nấu chín vào đáy và các cạnh của chảo rang.

e) Lấy từng lá bắp cải một. Đặt một thìa cơm đã nấu chín, 4 đến 5 khối thịt lợn, một ít hành tây xắt nhỏ và một chút muối tiêu (tùy chọn) lên mỗi lá. Cuộn lá lại và cho vào chảo rang. Lặp lại quá trình này cho mỗi chiếc lá.

f) Đặt phần thịt, hành tây và cơm còn sót lại lên trên lá bắp cải đã cuộn. Xếp thịt xông khói lên trên.

g) Đổ một lon nước ép cà chua và một lon nước vào chảo rang. Rắc bột ớt đỏ lên trên.

h) Nướng ở nhiệt độ 350 độ trong 3 giờ.

i) Ăn bánh tamales bắp cải với bánh mì Pháp. Thưởng thức!

72.Chilahuates (Tamale bọc lá chuối)

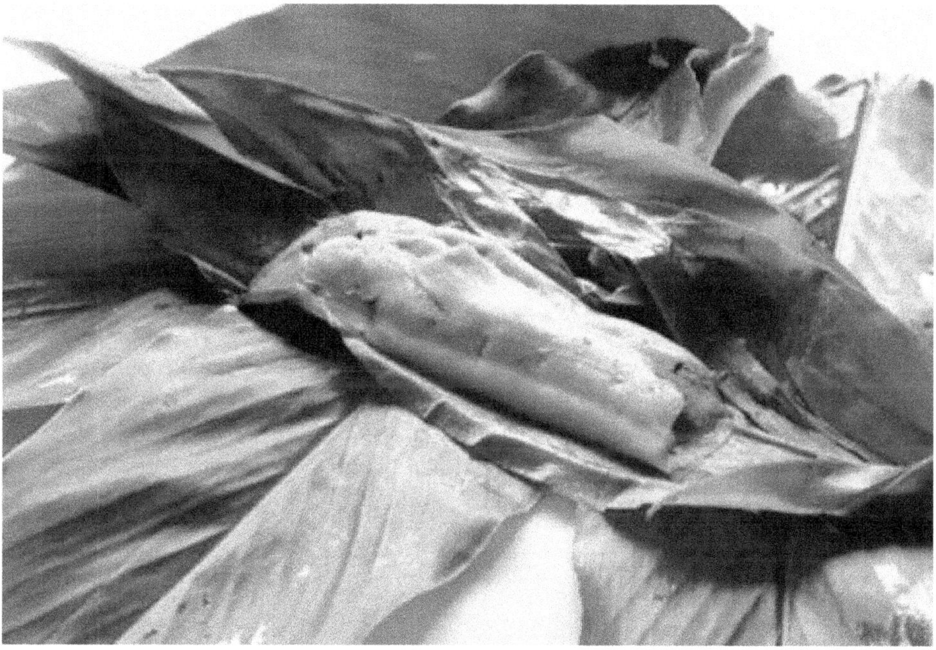

THÀNH PHẦN:

- 1 chén đậu đen
- 4 cốc masa harina
- ½ chén rau rút ngắn
- 2 chén nước luộc rau, ấm
- 1 thìa cà phê muối
- 1 thìa cà phê bột nở
- 3 lá chuối
- ¼ chén dầu thực vật
- 1 tép tỏi, thái nhỏ
- ½ chén hành lá, thái nhỏ
- 1 quả su su, thái nhỏ
- quả ớt jalapeno , bỏ cuống và thái nhỏ
- ½ chén hạnh nhân, chần và thái nhỏ
- ¼ chén ngò tươi xắt nhỏ
- Muối, để nếm

HƯỚNG DẪN:

a) Cho đậu đen vào nồi vừa, thêm nước và đun sôi. Giảm nhiệt và đun nhỏ lửa, đậy nắp trong 1-2 giờ cho đến khi đậu mềm. Đậu chín khi vỏ dễ bị nứt khi khuấy.

b) Trong một bát trộn, đánh masa harina với rau rút ngắn, xen kẽ với nước luộc rau ấm cho đến khi mềm và mịn, khoảng 10 phút. Thêm muối và bột nở vào rồi đánh thêm 2 phút nữa.

c) Làm sạch và đun sôi hoặc đốt cháy lá chuối (nếu chưa nấu chín trước). Cắt bỏ các đường gân cứng và cắt lá thành hình vuông khoảng 8-10 inch.

d) Đun nóng dầu thực vật trong chảo rồi xào tỏi và hành lá cho đến khi vàng. Thêm su su, ớt jalapeno , hạnh nhân, ngò và đậu đen nấu chín. Trộn đều, khuấy đều và nấu mọi thứ lại với nhau. Nêm muối cho vừa ăn.

e) Trên một lá chuối hình vuông, trải ít hơn ½ cốc masa harina giống như một chiếc bánh kếp. Đổ khoảng 2 thìa cà phê hỗn hợp rau/đậu lên trên. Gấp chiếc lá lại như một cái gói và lặp lại với những chiếc lá còn lại và nhân bánh.

f) Đặt tamales vào nồi hấp, chồng chúng lên nhau theo đường chéo để hơi nước đi qua. Đậy nắp nồi và hấp ít nhất 1 tiếng rưỡi, thỉnh thoảng kiểm tra mực nước.

g) Sau khi nấu chín, cẩn thận tháo lá chuối ra và dùng nóng . Chúc bạn ngon miệng với món bánh tamales bọc lá chuối nhé!

73.Tamales tôm và ngô

THÀNH PHẦN:

- 2 cốc masa harina
- 1 chén nước luộc gà hoặc rau
- 1/2 chén bơ không muối, làm mềm
- 1 chén tôm nấu chín, xắt nhỏ
- 1 chén hạt ngô
- 1/4 chén ngò tươi xắt nhỏ
- 1 thìa cà phê thì là
- Muối và hạt tiêu cho vừa ăn
- Vỏ ngô để gói

HƯỚNG DẪN:

a) Trộn masa harina với nước dùng và bơ đã làm mềm để tạo thành bột nhão.
b) Cho tôm nấu chín, ngô, ngò, thì là, muối và tiêu vào.
c) Rải hỗn hợp lên vỏ ngô và gấp thành bánh tamales.
d) Hấp trong 1-1,5 giờ.

74. Tôm hùm và bơ Tamales

THÀNH PHẦN:

- 2 cốc masa harina
- 1 chén nước luộc cá hoặc rau
- 1/2 chén bơ không muối, làm mềm
- 1 chén thịt tôm hùm nấu chín, xắt nhỏ
- 1/2 cốc bơ thái hạt lựu
- 1/4 chén mùi tây tươi xắt nhỏ
- 1 thìa cà phê vỏ chanh
- Muối và ớt cayenne cho vừa ăn
- Vỏ ngô để gói

HƯỚNG DẪN:

a) Trộn masa harina với nước dùng và bơ đã làm mềm để tạo thành bột nhão.
b) Cho tôm hùm nấu chín, bơ thái hạt lựu, mùi tây, vỏ chanh, muối và ớt cayenne vào.
c) Rải hỗn hợp lên vỏ ngô và gấp thành bánh tamales.
d) Hấp trong 1-1,5 giờ.

75.Tamales Cua Ớt Đỏ Nướng

THÀNH PHẦN:

- 2 cốc masa harina
- 1 chén nước luộc cá hoặc rau
- 1/2 chén bơ không muối, làm mềm
- 1 chén thịt cua
- 1/2 chén ớt đỏ nướng, xắt nhỏ
- 1/4 chén hành lá xắt nhỏ
- 1 thìa cà phê gia vị Old Bay
- Muối và hạt tiêu đen cho vừa ăn
- Vỏ ngô để gói

HƯỚNG DẪN:

a) Trộn masa harina với nước dùng và bơ đã làm mềm để tạo thành bột nhão.

b) Gấp thịt cua , ớt đỏ nướng, hành lá, gia vị Old Bay, muối và tiêu đen.

c) Rải hỗn hợp lên vỏ ngô và gấp thành bánh tamales.

d) Hấp trong 1-1,5 giờ.

76.Tamales cá hồi và thì là

THÀNH PHẦN:

- 2 cốc masa harina
- 1 chén nước luộc cá hoặc rau
- 1/2 chén bơ không muối, làm mềm
- 1 chén cá hồi nấu chín, vẩy
- 1/4 chén thì là tươi xắt nhỏ
- 1/4 cốc nụ bạch hoa, để ráo nước
- 1 thìa cà phê vỏ chanh
- Muối và hạt tiêu trắng cho vừa ăn
- Vỏ ngô để gói

HƯỚNG DẪN:

a) Trộn masa harina với nước dùng và bơ đã làm mềm để tạo thành bột nhão.
b) Cho cá hồi nấu chín, thì là, bạch hoa, vỏ chanh, muối và tiêu trắng vào.
c) Rải hỗn hợp lên vỏ ngô và gấp thành bánh tamales.
d) Hấp trong 1-1,5 giờ.

TÊN MÓN ĂN

77.Churros chiên cơ bản

THÀNH PHẦN:

- 1 ly nước
- 2 ½ muỗng canh đường cát
- ½ muỗng cà phê muối
- 2 muỗng canh dầu thực vật
- 1 cốc bột mì đa dụng
- 2 lít dầu để chiên
- ½ chén đường cát (gia giảm tùy khẩu vị)
- 1 muỗng cà phê quế xay

HƯỚNG DẪN:

a) Trong một cái chảo nhỏ trên lửa vừa, trộn nước, 2 ½ thìa đường cát, muối và 2 thìa dầu thực vật.

b) Đun sôi hỗn hợp rồi tắt bếp. Khuấy bột cho đến khi hỗn hợp tạo thành một quả bóng.

c) Đun nóng dầu chiên trong nồi chiên sâu hoặc nồi sâu lòng đến nhiệt độ 375 độ F (190 độ C).

d) Chuyển bột vào túi đựng bánh ngọt chắc chắn có đầu hình ngôi sao vừa.

e) Cẩn thận đổ một vài dải bột từ 5 đến 6 inch vào dầu nóng, làm theo mẻ để tránh khiến nồi chiên quá đông.

f) Chiên churros cho đến khi chúng chuyển sang màu nâu vàng. Dùng thìa hoặc thìa có rãnh để vớt bánh churros ra khỏi dầu và đặt chúng lên khăn giấy cho ráo nước.

g) Kết hợp ½ cốc đường cát với quế xay.

h) Cuộn bánh churro đã ráo nước vào hỗn hợp quế và đường.

i) Điều chỉnh lượng đường theo sở thích của bạn.

78.Churros nướng cơ bản

THÀNH PHẦN:

- 1 cốc (8oz/225g) nước
- ½ cốc (4oz/113g) bơ
- ½ muỗng cà phê chiết xuất vani
- 2 thìa đường
- ¼ thìa cà phê muối
- 143g bột mì/bột mì đa dụng
- 3 quả trứng (ở nhiệt độ phòng)

HƯỚNG DẪN:

a) Làm nóng lò ở nhiệt độ 400°F (200°C). Giấy da dòng; để qua một bên.
b) Trong một cái chảo vừa, thêm nước, đường, muối và bơ.
c) Đặt trên lửa vừa cao.
d) Đun nóng cho đến khi bơ tan chảy và hỗn hợp bắt đầu sôi.
e) Ngay khi sôi thì cho bột mì vào trộn đều.
f) Đánh cho đến khi bột không còn vón cục và tạo thành một khối bột.
g) Bây giờ, bạn dùng thìa gỗ khuấy bột xung quanh nồi và nấu trong khoảng một phút ở nhiệt độ THẤP.
h) Hỗn hợp sẽ vón cục và tách ra khỏi các cạnh
i) Dùng thìa gỗ trộn một ít hỗn hợp trứng vào bột. Khuấy và nghiền, chia bột cho đến khi lỏng. Khuấy đều cho đến khi trứng hòa quyện và hỗn hợp giống như khoai tây nghiền.
j) Tiếp tục cho trứng vào cho đến khi hòa quyện
k) Thực hiện việc này bằng cách tạo áp lực lên túi và luồn ống từ từ bằng kéo để cắt.
l) Chừa khoảng 2 inch giữa các bánh churros.
m) Nướng khoảng 18-22 phút hoặc cho đến khi có màu vàng nâu.
n) SAU ĐÓ tắt lò và để chúng trong đó khoảng 10 phút cho khô một chút. Bước này giúp bánh giữ được hình dạng và không bị xẹp khi nguội.
o) Chỉ cần làm trong một phút thôi :), sau đó tắt bếp và đặt sang một bên.
p) Trong một cái bình, trộn trứng và vani rồi đánh đều.
q) Chuyển bột của bạn vào túi bắt kem có gắn vòi hình sao.

r) Đổ bột thành những chiếc bánh churros dài trên chảo có phủ giấy da. Đảm bảo ống chúng đẹp và dày.
s) Trộn đường, quế và muối vào túi ziplock .
t) Lấy bánh churros thẳng ra khỏi lò và cho chúng vào hỗn hợp cho đến khi phủ đều. Tốt nhất nên làm điều này khi bánh churros còn ấm và mới ra lò.
u) Thưởng thức món churros tự làm của bạn.

79.Bánh Churros quế

THÀNH PHẦN:

- ¼ cốc bơ
- 1 cốc đường
- 1 muỗng canh đường
- ½ chén bột ngô trắng
- ½ chén bột mì
- 3 quả trứng lớn
- 2 thìa cà phê quế

HƯỚNG DẪN:

a) Trong một chảo vừa, đun nóng bơ với 1 thìa đường, ½ thìa muối và 1 cốc nước cho đến khi sôi. lấy chảo ra khỏi bếp; ngay lập tức thêm bột ngô và bột mì cùng một lúc. Qua nhiệt độ thấp,

b) Nấu hỗn hợp, khuấy liên tục cho đến khi bột tạo thành một khối, khoảng 1 phút. đánh từng quả trứng vào, đánh mạnh sau mỗi lần thêm cho đến khi bột mịn. lót khay nướng bằng khăn giấy.

c) Trong túi giấy hoặc tô lớn, trộn phần đường còn lại với quế. trong một cái chảo sâu lòng hoặc lò nướng kiểu Hà Lan, đun nóng 3 inch dầu salad đến nhiệt độ 375 độ f. múc bột vào túi đựng bánh ngọt có gắn đầu số 6. ống bột dài 5" vào dầu nóng.

d) Chiên cho đến khi chín vàng cả hai mặt, khoảng 1 phút rưỡi mỗi mặt. dùng thìa có rãnh loại bỏ bánh churros khỏi dầu và đặt chúng lên khay nướng. khi còn nóng, cho vào túi và phủ đều hỗn hợp quế-đường. phục vụ ngay lập tức.

80.Churros ngũ vị

THÀNH PHẦN:

- Dầu thực vật (để chiên ngập dầu)
- ½ cốc + 2 thìa đường
- ¾ muỗng cà phê quế xay
- ¾ thìa cà phê bột ngũ vị hương
- 1 que (8 thìa canh) bơ nhạt (cắt thành từng miếng)
- ¼ thìa cà phê muối
- 1 cốc bột mì đa dụng
- 3 quả trứng lớn

HƯỚNG DẪN:

a) Đổ đầy 2 inch dầu thực vật vào nồi lớn và nặng và đun nóng đến 350 độ F bằng nhiệt kế chiên ngập dầu. Chuẩn bị một túi đựng bánh ngọt có đầu hình ngôi sao lớn và đặt một chiếc đĩa có lót khăn giấy gần đó.

b) Trên một đĩa lớn, trộn ½ cốc đường, quế xay và bột ngũ vị hương.

c) Trong một cái chảo vừa, trộn bơ, muối, 2 thìa đường còn lại và 1 cốc nước. Đun sôi hỗn hợp này trên lửa vừa. Sau khi sôi, thêm bột mì vào và khuấy mạnh bằng thìa gỗ cho đến khi hỗn hợp tạo thành một khối. Nhấc nó ra khỏi bếp và thêm từng quả trứng vào, khuấy mạnh sau mỗi lần thêm. Múc bột thu được vào túi bánh ngọt đã chuẩn bị sẵn.

d) Làm theo từng mẻ, đổ bột có chiều dài khoảng 5 inch vào dầu nóng, dùng dao gọt cắt các đầu ra khỏi túi bắt kem. Hãy chắc chắn không để quá nhiều nồi. Chiên cho đến khi toàn bộ bánh churros có màu vàng đậm, mất khoảng 6 phút.

e) Chuyển chúng ra đĩa đã lót giấy sẵn cho ráo nước rồi chuyển ra đĩa đã phết hỗn hợp đường ngũ vị hương vào dàn đều.

f) Phục vụ món churros ngũ vị gia vị của bạn ngay lập tức. Thưởng thức!

81.Churros ngô cay

THÀNH PHẦN:

ĐỐI VỚI SALSA VÀ QUESO:

- chiếc cascabel khô ớt , bỏ cuống và bỏ hạt
- 4 quả cà chua lớn, bỏ lõi
- 2 quả ớt Fresno, có cuống
- ¾ củ hành trắng, bóc vỏ, cắt thành từng múi
- 2 tép tỏi, bóc vỏ
- 2 thìa nước cốt chanh tươi
- Muối kosher
- 3 muỗng canh bơ không muối
- 2 muỗng canh bột mì đa dụng
- 1 ½ cốc sữa (hoặc nhiều hơn)
- ½ pound phô mai Monterey jack, bào
- ½ pound phô mai cheddar, bào nhỏ (vừa trẻ hoặc đậm)

ĐỐI VỚI CHURROS:

- 1 thìa ớt bột
- 2/3 cốc sữa
- 6 muỗng canh bơ không muối
- ½ thìa cà phê thì là xay
- ½ chén bột mì đa dụng
- ½ chén bột ngô
- 3 quả trứng lớn
- Dầu thực vật (để chiên, khoảng 12 cốc)

HƯỚNG DẪN:

a) Làm nóng lò ở nhiệt độ 350°F. nướng cascabel ớt cho đến khi thơm và có màu nâu nhạt khoảng 5 phút. Lấy ớt ra khỏi khay nướng và để nguội.

b) Tăng nhiệt độ lò lên 450°F. Nướng cà chua, ớt Fresno và hành tây trên khay nướng có viền cho đến khi vỏ có màu nâu và bắt đầu tách ra khỏi thịt, khoảng 30–35 phút. Chuyển chúng vào máy xay và thêm tỏi, nước cốt chanh và 2 thìa cà phê muối; xay đến khi mịn. Thêm cascabel nướng ớt và trộn cho đến khi cắt nhỏ. Để nó ở nhiệt độ phòng cho đến khi sẵn sàng phục vụ.

c) Trong một cái chảo vừa, làm tan bơ trên lửa vừa. Khuấy bột và nấu cho đến khi kết hợp khoảng 1 phút. Đánh đều sữa và tiếp tục nấu cho đến khi hỗn hợp sôi và đặc lại khoảng 4 phút. Giảm nhiệt xuống thấp, thêm dần cả hai loại phô mai vào nấu, khuấy liên tục cho đến khi phô mai tan chảy hoàn toàn và queso mịn . Nếu nó có vẻ quá đặc, hãy khuấy thêm một ít sữa. Giữ queso ấm cho đến khi sẵn sàng phục vụ.

d) Lắp túi đựng bánh ngọt có đầu hình ngôi sao. Đánh bông ớt bột và 1 thìa muối vào tô nhỏ; để nó bên cạnh.

e) Trong một cái chảo vừa trên lửa vừa cao, cho sữa, bơ, thì là, 1¼ thìa cà phê muối và ½ cốc nước vào đun nhỏ lửa.

f) Dùng thìa gỗ, thêm bột mì và bột ngô vào cùng một lúc, trộn đều cho đến khi bột quyện lại với nhau, khoảng 30 giây.

g) Để yên trong chảo khoảng 10 phút để bột ngô ngậm nước. Chuyển hỗn hợp vào tô của máy trộn đứng hoặc tô lớn.

h) Sử dụng máy trộn đứng có gắn cánh khuấy ở tốc độ trung bình-thấp, thêm từng quả trứng vào bột, đảm bảo trộn đều từng quả trứng trước khi thêm quả tiếp theo (cách khác, khuấy mạnh bằng thìa gỗ). Lúc đầu bột trông có vẻ bị vỡ; tiếp tục đánh, thỉnh thoảng cạo vào bát cho đến khi bột mịn, bóng và hơi co giãn (kéo một miếng bột nhỏ ra và căng ra - bột sẽ không bị vỡ). Múc bột vào túi bánh ngọt đã chuẩn bị sẵn.

i) Đổ dầu vào nồi lớn sao cho ngập nửa cạnh. Lắp nhiệt kế vào nồi và đun trên lửa vừa cao cho đến khi nhiệt kế đạt 350°F. Giữ túi ở một góc sao cho đầu túi cao hơn bề mặt dầu vài inch, bóp bột ra, di chuyển túi khi bạn bóp sao cho bột được dẫn vào dầu theo chiều dài 6 inch. Dùng dao gọt, cắt bỏ phần đầu bột để nhả bột vào dầu. Lặp lại quá trình này để tạo thêm 4 đoạn bột dài nữa.

j) Chiên bánh churros, lật một lần và điều chỉnh nhiệt độ nếu cần để duy trì nhiệt độ dầu, cho đến khi chúng có màu nâu vàng ở tất cả các mặt, 2–3 phút mỗi mặt. Chuyển chúng vào khay nướng có lót khăn giấy. Lặp lại với số bột còn lại.

k) Rắc hỗn hợp muối ớt đã để sẵn lên bánh churros ấm. Đổ salsa lên queso ấm và xoáy để kết hợp; phục vụ với churros ấm áp. Thưởng thức!

82.bánh churro sô-cô-la

THÀNH PHẦN:

- 1 ly nước
- 2 thìa đường
- ½ muỗng cà phê muối
- 2 muỗng canh dầu thực vật
- 1 cốc bột mì đa dụng
- Dầu thực vật để chiên
- ¼ chén đường bột (để rắc đường)
- ½ cốc sô-cô-la chip
- ¼ cốc kem đặc

HƯỚNG DẪN:

a) Trong một cái chảo, trộn nước, đường, muối và dầu thực vật. Mang hỗn hợp trên vào đun sôi.
b) Nhấc chảo ra khỏi bếp và thêm bột mì vào. Khuấy cho đến khi hỗn hợp tạo thành một khối bột.
c) Đun nóng dầu thực vật trong chảo sâu lòng hoặc nồi trên lửa vừa.
d) Chuyển bột vào túi bắt kem có đầu hình ngôi sao.
e) Đổ bột vào dầu nóng, dùng dao hoặc kéo cắt thành những đoạn dài 4-6 inch.
f) Chiên cho đến khi vàng nâu các mặt, thỉnh thoảng quay mặt.
g) Loại bỏ churros khỏi dầu và để ráo trên khăn giấy.
h) Phủ đường bột lên bánh churros.
i) Trong một chiếc bát an toàn với lò vi sóng, trộn sô-cô-la chip và kem đặc. Cho vào lò vi sóng trong khoảng thời gian 30 giây, khuấy đều cho đến khi mịn.
j) Ăn bánh churros với nước sốt sô-cô-la để chấm.

83.Churros nhân caramel

THÀNH PHẦN:

- 1 ly nước
- 2 thìa đường
- ½ muỗng cà phê muối
- 2 muỗng canh dầu thực vật
- 1 cốc bột mì đa dụng
- Dầu thực vật để chiên
- ¼ chén đường (để phủ)
- 1 muỗng cà phê quế xay (để phủ)
- Sốt caramen pha sẵn

HƯỚNG DẪN:

a) Trong một cái chảo, trộn nước, đường, muối và dầu thực vật. Mang hỗn hợp trên vào đun sôi.

b) Nhấc chảo ra khỏi bếp và thêm bột mì vào. Khuấy cho đến khi hỗn hợp tạo thành một khối bột.

c) Đun nóng dầu thực vật trong chảo sâu lòng hoặc nồi trên lửa vừa.

d) Chuyển bột vào túi bắt kem có đầu hình ngôi sao.

e) Đổ bột vào dầu nóng, dùng dao hoặc kéo cắt thành những đoạn dài 4-6 inch.

f) Chiên cho đến khi vàng nâu các mặt, thỉnh thoảng quay mặt.

g) Loại bỏ churros khỏi dầu và để ráo trên khăn giấy.

h) Trong một bát riêng, trộn đường và quế. Cuộn churros trong hỗn hợp đường quế cho đến khi phủ đều.

i) Dùng ống tiêm hoặc túi đựng bánh ngọt, đổ nước sốt caramel đã chuẩn bị vào churros.

j) Phục vụ món churros nhân caramel còn ấm.

84. Dulce De Leche Churros

THÀNH PHẦN:

- 1 ly nước
- 2 thìa đường
- ½ muỗng cà phê muối
- 2 muỗng canh dầu thực vật
- 1 cốc bột mì đa dụng
- Dầu thực vật để chiên
- ¼ chén đường (để phủ)
- 1 muỗng cà phê quế xay (để phủ)
- món dulce de leche đã chế biến sẵn

HƯỚNG DẪN:

a) Trong một cái chảo, trộn nước, đường, muối và dầu thực vật. Mang hỗn hợp trên vào đun sôi.
b) Nhấc chảo ra khỏi bếp và thêm bột mì vào. Khuấy cho đến khi hỗn hợp tạo thành một khối bột.
c) Đun nóng dầu thực vật trong chảo sâu lòng hoặc nồi trên lửa vừa.
d) Chuyển bột vào túi bắt kem có đầu hình ngôi sao.
e) Đổ bột vào dầu nóng, dùng dao hoặc kéo cắt thành những đoạn dài 4-6 inch.
f) Chiên cho đến khi vàng nâu các mặt, thỉnh thoảng quay mặt.
g) Loại bỏ churros khỏi dầu và để ráo trên khăn giấy.
h) Trong một bát riêng, trộn đường và quế. Cuộn churros trong hỗn hợp đường quế cho đến khi phủ đều.
i) Phục vụ churros với dulce de leche đã chuẩn bị sẵn để chấm.

BÁNH FLAN

85.Bánh flan sô-cô-la

THÀNH PHẦN:

- 1 cốc đường
- 4 quả trứng
- 2 cốc sữa
- ½ cốc kem đặc
- 1 muỗng cà phê chiết xuất vani
- 4 ounce sôcôla đắng, cắt nhỏ

HƯỚNG DẪN:

a) Làm nóng lò ở nhiệt độ 350°F.

b) Trong một cái chảo nhỏ, đun chảy đường trên lửa vừa cho đến khi đường chuyển thành màu nâu vàng caramel.

c) Đổ caramen vào chảo bánh tròn 9 inch, xoay chảo để phủ đều đáy và các mặt.

d) Trong một tô lớn, đánh trứng, sữa, kem, chiết xuất vani và sô cô la cắt nhỏ cho đến khi mịn.

e) Đổ hỗn hợp trứng vào chảo bánh và đặt chảo vào khay nướng lớn hơn chứa đầy nước nóng, tạo thành một bồn nước.

f) Nướng trong 50-60 phút hoặc cho đến khi bánh flan đã chín nhưng vẫn hơi lắc lư ở giữa.

g) Lấy chảo ra khỏi nồi cách thủy và để nguội đến nhiệt độ phòng.

h) Đậy nắp và để trong tủ lạnh ít nhất 2 giờ hoặc qua đêm.

i) Để phục vụ, hãy chạy dao quanh mép chảo và úp bánh flan lên đĩa phục vụ.

86.Flan Caramel Vani Baileys

THÀNH PHẦN:

- ¾ cốc đường
- ¼ cốc nước
- Sữa đặc lon 14 ounce
- 12 ounce sữa cô đặc có thể
- 3 quả trứng lớn
- ½ cốc Baileys
- ½ muỗng canh chiết xuất vani
- chút muối

HƯỚNG DẪN:

a) Làm nóng lò ở nhiệt độ 350F.

b) Làm xi-rô đường nâu vàng bằng cách nấu đường và nước trong nồi nhỏ. Chuẩn bị sẵn chảo flan của bạn!

c) Xoay caramel đường nóng xung quanh chảo bánh flan, phủ kín các mặt và đáy. Để qua một bên.

d) Đánh đều sữa đặc, sữa cô đặc, trứng, Baileys, chiết xuất vani và muối.

e) Đổ vào khuôn bánh flan và nướng trong nồi cách thủy khoảng 1 giờ, cho đến khi không còn gợn sóng ở giữa.

f) Để qua đêm và lấy khuôn ra, đặt chảo vào nước ấm để caramen lỏng ra. Lật nhanh ra đĩa và dùng lạnh.

87.Flan Horchata cay

THÀNH PHẦN:

- ¾ cốc đường cát
- Muối kosher
- ½ muỗng cà phê quế xay
- ⅛ muỗng cà phê ớt cayenne (hoặc nhiều hơn, tùy theo mức độ bạn thích)
- 10 lòng đỏ trứng hữu cơ của Pete và Gerry
- 6 ounce horchata cô đặc
- 2 (12-ounce) lon sữa cô đặc

HƯỚNG DẪN:

a) Làm nóng lò ở nhiệt độ 350°F. Kết hợp 3 muỗng canh nước, đường và một chút muối vào nồi nhỏ trên lửa vừa cao. Không khuấy, đun chảy đường cho đến khi tan hoàn toàn, khoảng 5 phút.

b) Sau khi đường tan chảy , vặn lửa ở mức vừa phải và tiếp tục nấu cho đến khi đường có màu hổ phách đậm, thỉnh thoảng xoay chảo nhẹ nhàng trong 15 đến 18 phút. Điều chỉnh nhiệt độ xuống thấp, nếu cần thiết.

c) Ngay khi caramen đạt đến màu hổ phách đậm, hãy giảm nhiệt độ, thêm quế xay và ớt cayenne vào, rồi xoay mạnh chảo để kết hợp. Sau đó đổ ngay caramen vào khuôn bánh 8 inch hoặc chia đều cho các khuôn ramekin. Để caramen nguội hoàn toàn.

d) Trong khi caramel nguội, trong một tô lớn, trộn lòng đỏ trứng, horchata cô đặc và sữa cô đặc. Đánh rất nhẹ nhàng theo chuyển động tròn. Bạn đánh càng mạnh thì càng có nhiều bong bóng hình thành trong sữa trứng, để lại bọt trong thành phẩm.

e) Nhẹ nhàng đổ hỗn hợp qua lưới lọc vào cốc đo. Bạn nên có khoảng 4 cốc hỗn hợp. Để hỗn hợp lắng xuống để giải quyết các bong bóng đã hình thành . Đổ hỗn hợp vào khuôn bánh hoặc chia đều hỗn hợp vào khuôn ramekins.

f) Đặt khay bánh flan vào khay nướng, sau đó cho khay nướng vào lò nướng. Thêm nước sôi vào chảo rang sao cho nước bao quanh chảo bánh flan khoảng 1 inch. Nướng bánh flan cho đến khi cứng xung quanh các cạnh và vẫn lung lay ở giữa, khoảng 40 đến 45 phút.

g) Lấy khuôn làm bánh flan ra khỏi nồi nước và để nguội đến nhiệt độ phòng. Chuyển vào tủ lạnh và để yên, khoảng 4 giờ. Khi sẵn sàng phục vụ, lấy bánh flan ra khỏi tủ lạnh và để yên trong 10 phút. Chạy dao quanh các cạnh và úp ngược đĩa phục vụ lên trên. Úp bánh flan lên đĩa, cạo sạch phần caramen còn sót lại.

88.Bánh flan tiêu

THÀNH PHẦN:

- 1 cốc đường cát
- 6 quả trứng lớn
- 1 lon (14 ounce) sữa đặc có đường
- 2 cốc sữa nguyên chất
- 1 muỗng cà phê chiết xuất vani
- 1 thìa cà phê hạt tiêu xay

HƯỚNG DẪN:

a) Làm nóng lò nướng của bạn ở nhiệt độ 350°F.

b) Đun nóng đường trong chảo nhỏ trên lửa vừa, khuấy liên tục cho đến khi đường tan và chuyển sang màu nâu vàng.

c) Đổ caramen vào chảo bánh tròn 9 inch và xoay tròn để phủ đều đáy và thành chảo.

d) Trong một tô trộn lớn, đánh trứng, sữa đặc, sữa nguyên chất, chiết xuất vani và hạt tiêu xay cho đến khi hòa quyện.

e) Đổ hỗn hợp vào chảo đã chuẩn bị.

f) Đặt chảo vào chảo rang lớn và đổ đủ nước nóng vào chảo rang sao cho ngập nửa thành chảo bánh.

g) Nướng trong khoảng 50-55 phút, hoặc cho đến khi bánh flan đã chín nhưng vẫn còn rung lắc ở giữa.

h) Lấy khuôn bánh ra khỏi nồi cách thủy và để nguội đến nhiệt độ phòng.

i) Sau khi nguội , úp bánh flan lên đĩa phục vụ và trang trí bằng một ít hạt tiêu xay.

TRES LECHES BÁNH

89.Bánh Tres Leches chanh dây

THÀNH PHẦN:

ĐỐI VỚI BÁNH:

- 12 thìa canh (170 g) bơ không muối, ở nhiệt độ phòng
- 1 ½ cốc (297 g) đường cát
- 7 quả trứng lớn (397 g)
- 1 ½ thìa cà phê (7 g) chiết xuất vani
- 2 ¼ cốc (271 g) bột mì đa dụng
- 1 ½ thìa cà phê (6 g) bột nở
- ¾ thìa cà phê (3 g) muối biển mịn

NGÂM:

- ¾ cốc (185 g) nước ép chanh dây (khuyên dùng nhãn hiệu Goya)
- ½ cốc (112 g) sữa nguyên chất
- Một lon (14 ounce) sữa đặc có đường
- Một lon sữa cô đặc (12 ounce)
- Kem tươi đánh bông có vị ngọt nhẹ để hoàn thiện
- Bột chanh dây, để hoàn thiện

HƯỚNG DẪN:

a) Làm nóng lò ở nhiệt độ 350°F. Bôi nhẹ chảo 9x13 bằng bình xịt chống dính.

b) Trong tô của máy trộn điện có gắn phụ kiện cánh khuấy, đánh bơ và đường cho đến khi mịn và nhạt trong 4-5 phút.

c) Thêm từng quả trứng vào và trộn đều để hòa quyện. Thêm vani và trộn để kết hợp.

d) Trong một bát vừa, trộn bột mì, bột nở và muối để kết hợp. Thêm hỗn hợp vào máy trộn và trộn cho đến khi kết hợp. Cạo kỹ để đảm bảo bột được kết hợp đồng đều .

e) Đổ hỗn hợp vào chảo nướng đã chuẩn bị sẵn. Nướng cho đến khi cắm tăm vào giữa thấy tăm sạch, khoảng 38-40 phút. Để nguội hoàn toàn.

f) Dùng xiên gỗ chọc khắp mặt bánh. Rưới đều nước cốt chanh dây lên toàn bộ chiếc bánh. Trong một thùng chứa lớn có vòi rót, đánh sữa, sữa đặc có đường và sữa đặc để trộn đều.

g) Nhẹ nhàng đổ hỗn hợp lên khắp mặt bánh, để cho ngấm qua các lỗ. Nếu có chất lỏng đọng lại trên bề mặt, hãy múc lại lên bánh cho đến khi thấm (để yên trong khoảng 30 phút).

h) Hoàn thiện chiếc bánh với kem tươi và cùi chanh dây tươi. Dùng ngay hoặc để trong tủ lạnh tối đa 5 giờ trước khi dùng.

90.Bánh ổi Tres Leches

THÀNH PHẦN:

ĐỐI VỚI BÁNH:

- 1 ¾ chén bột mì
- 1 thìa cà phê bột nở
- ¼ thìa cà phê muối
- 6 quả trứng, tách lòng đỏ khỏi lòng trắng
- ½ cốc bơ không muối, nhiệt độ phòng
- 1 chén đường cát trắng
- ½ cốc sữa nguyên chất
- 2 muỗng cà phê chiết xuất vani

ĐỐI VỚI GLAZE TRES LECHES:

- 14 ounce sữa đặc có đường
- 12 ounce sữa bay hơi
- 12 ounce sữa nguyên chất (có thể thêm nhiều hơn tùy khẩu vị)

ĐỐI VỚI KEM ĐÁNH BÓNG & BÊN TRÊN ổi:

- 2 cốc kem đặc
- 3 muỗng canh đường cát trắng
- 1 muỗng cà phê chiết xuất vani
- ½ cốc mứt ổi (có thể cho thêm tùy khẩu vị)

HƯỚNG DẪN:

LÀM BÁNH:

a) Trong một cái bát, trộn đều bột mì, bột nở và muối. Để qua một bên.
b) Trứng tách riêng, cho lòng trắng vào tô sạch.
c) Trong máy trộn đứng, trộn bơ và đường. Trộn cho đến khi thành kem (khoảng 3-5 phút).
d) Thêm từng lòng đỏ trứng vào, trộn đều sau mỗi lần thêm.
e) Trộn chiết xuất vani và ½ cốc sữa.
f) Làm nóng lò ở nhiệt độ 350 độ F.
g) Dần dần thêm hỗn hợp bột vào nguyên liệu ướt, cạo thành bát nếu cần.
h) Chuyển bột sang một bát riêng.
i) Trong một tô trộn sạch, đánh lòng trắng trứng cho đến khi tạo thành chóp cứng.
j) Gấp lòng trắng trứng đã đánh bông vào bột bánh.

k) Mỡ đĩa nướng 9x13 và đổ bột vào.
l) Nướng ở nhiệt độ 350 độ F trong 25-30 phút hoặc cho đến khi tăm khô.
m) Lấy bánh ra khỏi lò và dùng nĩa chọc các lỗ trên bánh.
n) Trong một bát, trộn sữa đặc có đường, sữa đặc và sữa nguyên chất. Đổ men lên bánh ½ cốc mỗi lần, lặp lại 2-3 lần.
o) Phủ kem tươi và mứt ổi lên trên. Trộn mứt ổi vào kem đánh bông.
p) Làm lạnh ít nhất 4 giờ hoặc qua đêm trước khi dùng.

BÁNH KEM TRÊN:

q) Trong máy trộn đứng, thêm kem đặc, đường và chiết xuất vani.
r) Trộn ở tốc độ cao cho đến khi tạo thành chóp cứng và giống như kem đánh bông. Đừng trộn quá kỹ.
s) Phủ kem tươi và mứt ổi lên trên chiếc bánh đã nguội hoàn toàn. Thưởng thức!

91.Baileys Tres Bánh Leches

THÀNH PHẦN:

ĐỐI VỚI BÁNH:

- 1 ½ cốc (6,75 ounce hoặc 191 gram) bột mì đa dụng
- 1 ½ thìa cà phê bột nở
- ½ thìa cà phê muối kosher
- ½ cốc (4 ounce hoặc 113 gram) sữa nguyên chất
- 1 ½ muỗng cà phê chiết xuất vani nguyên chất
- 6 quả trứng lớn, tách riêng lòng trắng và lòng đỏ
- 1 cốc (7 ounce hoặc 198 gam) đường cát

ĐỐI VỚI BAILEYS TRES LECHES SOAK:

- 1 (14-ounce) lon sữa đặc có đường
- 1 (12 ounce) lon sữa cô đặc
- ½ cốc (4 ounce hoặc 113 gam) Kem Baileys Irish

ĐỐI VỚI KEM ĐÁNH BÓNG:

- 1 ½ cốc (12 ounce hoặc 340 gram) kem đặc lạnh
- ¼ cốc (1 ounce hoặc 28 gram) đường bánh kẹo, rây nếu cần
- Bột cacao, để trang trí
- Bột espresso, để trang trí

HƯỚNG DẪN:

ĐỐI VỚI BÁNH BAILEYS TRES LECHES:

a) Làm nóng lò nướng ở nhiệt độ 350°F và xịt đều dung dịch xịt nấu ăn lên khuôn bánh 9 x 13 inch.

b) Trộn đều bột mì, bột nở và muối trong một cái bát nhỏ. Trong một hộp đựng riêng biệt, đánh đều sữa và vani.

c) Trong máy trộn đứng, đánh lòng trắng trứng cho đến khi tạo thành chóp cứng. Trong một tô khác, đánh lòng đỏ trứng và đường cho đến khi có màu vàng nhạt. Từ từ thêm nguyên liệu ướt vào và trộn nguyên liệu khô và lòng trắng trứng vào.

d) Đổ bột vào chảo đã chuẩn bị sẵn và nướng trong 18 đến 20 phút. Thật là mát mẻ khi ở trên các giá đỡ có dây.

ĐỂ NGÂM:

e) Sau khi bánh nguội, dùng nĩa chọc lỗ trên mặt bánh. Trong cốc đong, trộn đều sữa đặc có đường, sữa cô đặc và Baileys. Đổ từ từ lên bánh, để chất lỏng thấm vào. Để trong tủ lạnh từ 3 đến 4 giờ hoặc qua đêm.

ĐỐI VỚI KEM ĐÁNH BÓNG:

f) Trong máy trộn đứng, kết hợp kem đặc lạnh và đường bánh kẹo. Đánh đều cho đến khi hình thành các đỉnh mềm.

LẮP RÁP ĐỂ PHỤC VỤ:

g) Dùng thìa trộn đều phết kem tươi lên bánh.

h) Trang trí với bột cacao và bột espresso.

92.Tres trắng Nga Đỉa

THÀNH PHẦN:

ĐỐI VỚI BÁNH:

- 1 ¾ chén bột làm bánh
- 2 thìa cà phê bột nở
- 4 quả trứng, tách ra
- 1 ½ chén đường cát
- ¼ thìa cà phê muối
- 2 muỗng cà phê chiết xuất vani
- ½ cốc sữa nguyên chất

CHO NƯỚC SỐT:

- 1 (14 ounce) lon sữa đặc
- 1 (12 ounce) lon sữa cô đặc
- ½ cốc sữa nguyên chất
- ⅓ cốc rượu vodka
- ⅓ cốc rượu cà phê (chẳng hạn như Kahlua)
- ⅓ cốc rượu kem Ailen (chẳng hạn như Bailey's)

ĐỐI VỚI TOPPING:

- 2 cốc kem đặc
- 1 ½ thìa đường cát
- 2 muỗng cà phê chiết xuất vani
- Bột ca cao không đường để rắc (tùy chọn)

HƯỚNG DẪN:

a) Làm nóng lò nướng của bạn ở nhiệt độ 350°F (177°C, đánh dấu 4).

b) Rây đều bột bánh, bột nở và muối. Để qua một bên.

c) Trong máy trộn đứng có kèm theo máy đánh trứng hoặc tô trộn lớn có máy trộn cầm tay, đánh lòng trắng trứng ở tốc độ trung bình cho đến khi giống như bọt tắm. Thêm 1 ½ cốc đường và đánh ở tốc độ cao cho đến khi tạo thành chóp cứng.

d) Từ từ cho từng lòng đỏ trứng vào đánh đều. Thêm một nửa nguyên liệu khô, một nửa sữa và chiết xuất vani, phần còn lại của nguyên liệu khô và phần sữa còn lại. Khuấy cho đến khi vừa kết hợp, sau đó đổ vào đĩa nướng 9x13".

e) Nướng trong vòng 30-35 phút cho đến khi que thử cắm vào giữa thấy que thử sạch.

f) Trộn các thành phần nước sốt vào tô cho đến khi mịn. Khi bánh còn ấm, dùng xiên chọc các lỗ xung quanh mặt bánh rồi rưới đều nước sốt lên mặt bánh.

g) Để bánh vào tủ lạnh ít nhất 2 tiếng hoặc qua đêm nếu làm trước.

h) Đối với lớp phủ trên, đánh kem đặc và đường ở tốc độ cao cho đến khi tạo thành chóp cứng. Khuấy vani.

i) Phết kem tươi lên trên mặt bánh và rắc bột ca cao không đường nếu muốn.

j) Phục vụ và thưởng thức!

93.Đào Bourbon Tres Leches

THÀNH PHẦN:

ĐỐI VỚI BÁNH:

- 1 cốc bột mì đa dụng
- 1 ½ thìa cà phê bột nở
- ¼ thìa cà phê muối
- 5 quả trứng, nhiệt độ phòng
- 1 chén đường, chia
- ⅓ cốc sữa
- ½ muỗng cà phê chiết xuất vani

ĐỐI VỚI HỖN HỢP SỮA:

- 1 (14-ounce) lon sữa đặc có đường
- 1 (12 ounce) lon sữa cô đặc
- ¾ cốc kem đánh bông đặc
- ¼ cốc rượu bourbon
- ½ muỗng cà phê quế

ĐỂ LẮP RÁP:

- 4 đến 5 quả đào, gọt vỏ nếu muốn và thái lát

BỘT TRÊN:

- 2 ½ cốc kem đặc
- ¼ cốc đường

HƯỚNG DẪN:

a) Làm nóng lò ở nhiệt độ 350 độ. Bơ một cái chảo 9X13 inch. Lót chảo bằng giấy da và phết nhẹ bơ.

b) Rây đều bột mì, bột nở và muối.

c) Trong máy trộn điện, đánh lòng đỏ trứng với ¾ cốc đường ở tốc độ trung bình cho đến khi có màu nhạt và mịn như kem (khoảng 2 phút). Đánh trong sữa và vani.

d) Trong một tô trộn sạch, đánh lòng trắng trứng bắt đầu ở tốc độ thấp và tăng lên tốc độ cao cho đến khi tạo thành chóp mềm (khoảng 2 đến 3 phút). Dần dần thêm ¼ cốc đường, tiếp tục đánh cho đến khi hình thành chóp cứng.

e) Làm làm phần ba, trộn ⅓ hỗn hợp bột và sau đó ⅓ lòng trắng trứng vào hỗn hợp lòng đỏ trứng bằng thìa cao su. Lặp lại quá trình này thêm 2 lần nữa.

f) Đổ bột vào chảo đã chuẩn bị sẵn và nướng trong 20 đến 25 phút. Để bánh nguội trong 5 phút, sau đó úp bánh lên giá làm mát, bóc lớp giấy nến và để nguội hoàn toàn. Cho bánh trở lại khay nướng.
g) Trong một tô vừa, trộn đều sữa đặc có đường, sữa cô đặc, ¾ cốc kem tươi, rượu bourbon và quế.
h) Dùng nĩa đâm khắp mặt bánh và từ từ đổ hỗn hợp rượu bourbon lên trên mặt bánh.
i) Bọc bánh bằng màng bọc thực phẩm và để trong tủ lạnh ít nhất 4 giờ hoặc qua đêm.
j) Phủ những lát đào lên trên mặt bánh, chừa lại vài lát để trang trí.
k) Để làm phần kem tươi, đánh kem đặc bằng máy trộn điện ở tốc độ trung bình. Khi nó bắt đầu đặc lại, từ từ thêm đường. Tiếp tục đánh cho đến khi đạt chóp cứng. Trải nó lên trên mặt bánh.
l) Trang trí với những lát đào dành riêng.
m) Tres mát lạnh, béo ngậy và đậm đà này Leches Cake trong buổi họp mặt mùa hè tiếp theo của bạn!

94.Bánh Margarita Tres Leches

THÀNH PHẦN:

- 4 quả trứng lớn, tách ra
- 1 cốc đường
- ½ cốc rượu tequila
- ½ cốc bơ tan chảy
- 6 muỗng canh nước cốt chanh, chia
- 1 muỗng cà phê chiết xuất vani
- 1-¾ chén bột mì đa dụng
- 1 muỗng cà phê baking soda
- ½ muỗng cà phê muối
- ½ chén đường bánh kẹo
- 1 muỗng cà phê kem tartar
- 1 lon (14 ounce) sữa đặc có đường
- 1 cốc sữa 2%
- ½ cốc sữa đặc
- ½ cốc kem đánh bông đặc
- Tùy chọn: Kem đánh bông, lát chanh và vỏ

HƯỚNG DẪN:

a) Cho lòng trắng trứng vào tô lớn; để yên ở nhiệt độ phòng trong 30 phút. Bôi mỡ và bột mì có kích thước 13x9 inch. chảo nướng; để qua một bên. Làm nóng lò ở nhiệt độ 375°.

b) Đánh đường, rượu tequila, bơ đun chảy, lòng đỏ, 3 thìa nước cốt chanh và vani cho đến khi hòa quyện. Trộn bột mì, baking soda và muối; đánh từ từ vào hỗn hợp lòng đỏ cho đến khi hòa quyện.

c) Thêm đường làm bánh kẹo và kem tartar vào lòng trắng trứng; đánh bằng máy đánh sạch cho đến khi tạo thành chóp cứng. Gấp vào bột. Chuyển sang chảo đã chuẩn bị.

d) Nướng cho đến khi cắm tăm vào giữa thấy tăm sạch, khoảng 18-20 phút. Đặt chảo lên giá lưới. Dùng xiên gỗ chọc các lỗ trên bánh cách nhau khoảng ½ inch.

e) Đánh sữa đặc, sữa 2%, sữa cô đặc, kem đánh bông và nước cốt chanh còn lại cho đến khi hòa quyện. Rưới lên bánh; để yên trong 30 phút. Làm lạnh trong 2 giờ trước khi phục vụ.

f) Cắt bánh thành hình vuông. Nếu muốn, trang trí với kem đánh bông, lát chanh và vỏ.

95.Tres gia vị bí ngô Bánh Leches

THÀNH PHẦN:

ĐỐI VỚI BÁNH:

- 1½ chén đường trắng hạt
- 15 ounce (1 lon) bí ngô xay nhuyễn nguyên chất (không dùng nhân bánh bí ngô)
- ¾ chén dầu thực vật hoặc dầu hạt cải
- 2 muỗng cà phê chiết xuất vani nguyên chất
- 4 quả trứng lớn
- 2 chén bột mì đa dụng
- 2 thìa cà phê bột nở
- 1 muỗng cà phê baking soda
- ½ muỗng cà phê muối
- 2 muỗng cà phê quế xay
- 1½ muỗng cà phê gia vị làm bánh bí ngô

ĐỐI VỚI VIỆC ĐIỀN TRES LECHES:

- ¾ cốc kem đánh bông đặc
- 12 ounce sữa cô đặc (một lon)
- 14 ounce sữa đặc có đường (một lon)

ĐỐI VỚI VIỆC LÀM SÁNG KEM:

- 1¼ cốc kem đánh bông nặng
- ¼ cốc đường bánh kẹo
- Quế xay, để rắc lên trên (tùy chọn)

HƯỚNG DẪN:

a) Làm nóng lò ở nhiệt độ 350°F. Bôi mỡ vào chảo nướng hình chữ nhật bằng kim loại nhẹ 13x9 bằng bình xịt nấu ăn. Để qua một bên.

b) Trong một tô lớn của máy trộn đứng, trộn đường cát, bí ngô nghiền nhuyễn, dầu, trứng và chiết xuất vani cho đến khi vừa kết hợp. Trong một bát riêng, trộn đều bột mì, bột nở, baking soda, muối và gia vị. Dần dần thêm hỗn hợp bột vào hỗn hợp bí ngô, trộn cho đến khi mịn. Đổ bột vào chảo đã chuẩn bị sẵn và làm phẳng phần trên.

c) Nướng trong 25-30 phút hoặc cho đến khi cắm tăm vào giữa và thấy tăm sạch. Để nguội trong 15 phút.

d) Trong khi bánh nguội, trộn đều kem tươi, sữa đặc và sữa đặc có đường vào tô. Để qua một bên.

e) Dùng xiên, chốt hoặc cán thìa gỗ chọc các lỗ trên khắp chiếc bánh còn ấm. Đổ đều hỗn hợp sữa lên mặt bánh. Đậy nắp và để lạnh trong 8 giờ hoặc qua đêm.
f) Ngay trước khi dùng, đánh bông kem tươi đặc và đường bánh kẹo cho đến khi tạo thành chóp cứng.
g) Phết kem tươi lên bánh và rắc quế xay nếu muốn.
h) Bảo quản bánh trong tủ lạnh, đậy kín.

96.Cây quế Bánh Leches

THÀNH PHẦN:

ĐỐI VỚI BÁNH:

- 1 cốc bột mì đa dụng
- 1 ½ thìa cà phê bột nở
- ¼ thìa cà phê muối
- 4 quả trứng lớn
- 1 cốc đường cát
- ⅓ cốc sữa nguyên chất
- 1 muỗng cà phê chiết xuất vani

ĐỐI VỚI HỖN HỢP SỮA:

- 1 lon (14 ounce) sữa đặc có đường
- 1 lon (12 ounce) sữa cô đặc
- 1 cốc sữa nguyên chất

ĐỐI VỚI TOPPING:

- 2 cốc kem đặc
- 2 muỗng canh đường bột
- Quế xay để trang trí

HƯỚNG DẪN:

a) Làm nóng lò ở nhiệt độ 350°F (175°C) và bôi mỡ lên đĩa nướng 9x13 inch.
b) Trong một cái bát, rây bột mì, bột nở và muối.
c) Trong một bát riêng, đánh trứng và đường với nhau cho đến khi mịn và bông xốp. Thêm sữa và chiết xuất vani vào, trộn đều.
d) Dần dần thêm các thành phần khô vào hỗn hợp trứng và trộn cho đến khi mịn.
e) Đổ bột vào đĩa nướng đã chuẩn bị sẵn và nướng trong khoảng 30 phút hoặc cho đến khi cắm tăm vào giữa thấy tăm sạch.
f) Khi bánh còn ấm, dùng nĩa đâm khắp mặt bánh.
g) Trong một bát riêng, trộn ba loại sữa (sữa đặc có đường, sữa đặc và sữa nguyên chất).
h) Đổ đều hỗn hợp ba loại sữa lên bánh ấm. Để nó ngâm và nguội đến nhiệt độ phòng.
i) Trong một tô khác, đánh bông kem đặc với đường bột cho đến khi tạo thành chóp cứng.
j) Phết kem tươi lên trên mặt bánh.
k) Thư giãn Tres Bánh Leches để trong tủ lạnh vài giờ trước khi dùng.
l) Rắc quế xay ngay trước khi ăn.

BAN TRÁNG MIỆNG

97.Bảng tráng miệng Cinco De Mayo Fiesta

THÀNH PHẦN:

- Churro cắn
- Tres Hình vuông bánh Leches
- Bánh nướng Margarita
- Dulce de Leche - đầy Conchas
- Những lát xoài với gia vị chanh ớt
- Kẹo sô cô la Mexico
- Bánh quy đường Piñata

HƯỚNG DẪN:

a) Sắp xếp món churro cắn và tres bánh leches hình vuông.
b) Đặt bánh nướng bơ thực vật và bánh conchas đầy dulce de leche .
c) Rắc các lát xoài với gia vị chanh ớt.
d) Bao gồm kẹo sôcôla Mexico và bánh quy đường piñata.

98.Ban tráng miệng Churro

THÀNH PHẦN:

- Bánh churros tự làm hoặc mua ở cửa hàng
- Nước sốt Dulce de leche
- Nước sốt sô cô la
- Đường Quế
- Quả mọng tươi (dâu tây, quả mâm xôi, quả việt quất)
- Xoài thái lát
- Dứa thái lát
- Kem đánh
- Kẹo Mexico thu nhỏ (chẳng hạn như kẹo me cay)
- Sốt caramel (tùy chọn)

HƯỚNG DẪN:

a) Xếp bánh churros vào giữa đĩa hoặc đĩa lớn.
b) Đặt các bát nhỏ sốt dulce de leche , sốt sô cô la và đường quế xung quanh bánh churros.
c) Xếp các loại quả mọng tươi, xoài thái lát và dứa thái lát thành từng cụm xung quanh bảng.
d) Thêm một ít kem tươi vào giữa các chùm trái cây.
e) Rải những viên kẹo Mexico thu nhỏ xung quanh bảng để tăng thêm màu sắc và hương vị.
f) Tùy ý, rưới nước sốt caramel lên bánh churros để tăng thêm vị ngọt.
g) Phục vụ món tráng miệng churro và thưởng thức!

99.Ban tráng miệng Tres Leches

THÀNH PHẦN:

- Tres bánh leches , cắt thành từng miếng vuông nhỏ
- Kem đánh
- dâu tây cắt lát
- Kiwi cắt lát
- đào cắt lát
- chuối cắt lát
- Dừa nướng vụn
- Các loại hạt cắt nhỏ (như hạnh nhân hoặc hồ đào)
- Lá bạc hà tươi để trang trí
- Dulce de leche (tùy chọn)

HƯỚNG DẪN:

a) Sắp xếp tres những chiếc bánh leches hình vuông ở giữa đĩa hoặc đĩa phục vụ lớn.
b) Đặt những miếng kem tươi xung quanh các ô vuông bánh.
c) Xếp dâu tây, kiwi, đào và chuối thái lát thành từng cụm xung quanh bảng.
d) Rắc dừa vụn nướng và các loại hạt cắt nhỏ lên trên kem và trái cây đã đánh bông.
e) Trang trí bằng lá bạc hà tươi để có màu sắc nổi bật.
f) Tùy ý, rưới nước sốt dulce de leche lên tres bánh leches hình vuông để tăng thêm vị ngọt.
g) Phục vụ tres leches món tráng miệng và thưởng thức!

100.Món tráng miệng Salad trái cây Mexico

THÀNH PHẦN:

- Các loại trái cây tươi (như dưa hấu, dưa đỏ, mật ong, dứa, xoài, jicama, dưa chuột)
- Gia vị Tajín
- chanh nêm
- Nước sốt hoa cúc
- Kẹo me
- Dừa vụn
- Paletas Mexico (kem que) với nhiều hương vị khác nhau (chẳng hạn như xoài, chanh hoặc dừa)
- Lá bạc hà tươi để trang trí

HƯỚNG DẪN:

a) Cắt các loại trái cây tươi thành từng miếng vừa ăn và sắp xếp chúng thành từng cụm đầy màu sắc trên đĩa hoặc đĩa phục vụ lớn.

b) Rắc gia vị Tajín lên trái cây hoặc dọn ra bát nhỏ bên cạnh.

c) Đặt các miếng chanh xung quanh tấm ván để ép trái cây.

d) Rưới nước sốt sơn dương lên một số loại trái cây để có hương vị thơm và cay.

e) Rải kẹo me và dừa vụn xung quanh bảng để tăng thêm kết cấu và hương vị.

f) các món Paletas (kem que) Mexico theo nhiều hương vị khác nhau trên bảng để có một món ăn sảng khoái.

g) Trang trí bằng lá bạc hà tươi để hoàn thiện món ăn .

h) Phục vụ món tráng miệng salad trái cây Mexico và thưởng thức hương vị sôi động của vùng nhiệt đới!

PHẦN KẾT LUẬN

Khi chúng tôi kết thúc hành trình ẩm thực của mình qua thế giới sôi động và ngon miệng của Cinco de Mayo, tôi hy vọng cuốn sách nấu ăn này đã mang đến cho bạn nguồn cảm hứng, niềm vui và sự đánh giá sâu sắc hơn về ẩm thực và văn hóa Mexico. Từ vị tacos thơm ngon đến vị ngọt của tres leches , mỗi công thức đều được chế tạo cẩn thận để mang bản chất thực sự của Cinco de Mayo đến bàn ăn của bạn.

Tôi muốn gửi lời cảm ơn chân thành đến bạn vì đã tham gia cùng tôi trong cuộc phiêu lưu đầy hương vị này. Sự nhiệt tình và niềm đam mê khám phá những hương vị mới và tôn vinh những nền văn hóa đa dạng của bạn đã khiến hành trình này thực sự đặc biệt. Chúc lễ kỷ niệm Cinco de Mayo trong tương lai của bạn sẽ tràn ngập tiếng cười, tình yêu và những trải nghiệm ẩm thực khó quên.

Khi bạn tiếp tục khám phá tấm thảm phong phú của ẩm thực Mexico, bạn có thể tìm thấy niềm vui khi chia sẻ những món ăn ngon này với những người thân yêu của mình và tạo ra những kỷ niệm đáng trân trọng quanh bàn ăn . Cho dù bạn đang tổ chức các buổi họp mặt lễ hội, thưởng thức những bữa ăn gia đình ấm cúng hay chỉ đơn giản là tự thưởng cho mình một chiếc bánh taco hay một lát tres thơm ngon bánh leches , cầu mong tinh thần của Cinco de Mayo luôn ở bên bạn.

Cảm ơn bạn một lần nữa vì đã cho phép tôi trở thành một phần trong cuộc phiêu lưu ẩm thực của bạn. Cho đến khi chúng ta gặp lại nhau, chúc nhà bếp của bạn tràn ngập hương vị sống động và lòng hiếu khách nồng hậu của Mexico. ¡Viva Cinco de Mayo!

www.ingramcontent.com/pod-product-compliance
Lightning Source LLC
LaVergne TN
LVHW011014061026
849535LV00006B/1878